EQ

इमोशन्स वर विजय

दुःखद भावना व्यक्त करण्याची कला

How to Take Charge of Your Emotions

सरश्री

बेस्ट सेलर पुस्तक 'विचार नियम'चे रचनाकार सरश्री यांची अन्य श्रेष्ठ पुस्तकं

आध्यात्मिक विकास साधण्यासाठी या पुस्तकांचा लाभ घ्यावा

- जीवनाची दोन टोकं – ध्यान आणि धन
- रामायण वनवास रहस्य
- संत ज्ञानेश्वर – समाधी रहस्य आणि जीवन चरित्र
- अंतर्मनाच्या शक्तीपलीकडील आत्मबळ
- ध्यान नियम – आध्यात्मिक उन्नतीचा दिव्यमार्ग
- मृत्यू उपरांत जीवन – मृत्यू मोका की धोका
- क्षमेची जादू – क्षमेचं सामर्थ्य जाणा, सर्व दुःखांपासून मुक्त व्हा
- प्रेम नियम – प्लॅस्टिक प्रेमातून मुक्ती
- धर्मयोग – स्वभाव हाच धर्म

स्वविकासासाठी या पुस्तकांचा लाभ घ्यावा

- विचार नियम – आपल्या यशाचं रहस्य
- विकास नियम – आत्मसंतुष्टीचं रहस्य
- परिवारासाठी विचार नियम – हॅपी फॅमिलीची सात सूत्रं
- आळसावर मात – उत्साही जीवनाची सुरुवात
- स्वसंवाद एक जादू – आपला रिमोट कंट्रोल कसा प्राप्त करावा
- आत्मविश्वास आणि आत्मबळ – यशाचं शिखर गाठणारे पंख
- साहसी जीवन कसं जगाल – अशक्य कार्य शक्य कसं कराल
- समग्र लोकव्यवहार – मैत्री आणि नातं निभावण्याची कला
- अपयशावर मात – क्षमताप्राप्तीचं रहस्य
- कसा कराल स्वतःचा विकास आणि प्रशिक्षण – आत्मविकासाची सात पावलं

युवकांनी या पुस्तकांचा लाभ घ्यावा

- आजच्या युवा पिढीसाठी – विचार नियम फॉर युथ
- नींव नाइन्टी फॉर टीन्स् – बेस्ट कसे बनाल
- श्रीरामांकडून काय शिकाल – नवरामायण फॉर टीन्स

या पुस्तकाद्वारे प्रत्येक समस्येचं समाधान प्राप्त करा

- स्वाथ्यप्राप्तीसाठी विचार नियम – मन:शक्तीद्वारे निरामय आरोग्य मिळवा
- स्वीकाराची जादू – त्वरित आनंद कसा प्राप्त करावा
- भय, चिंता आणि क्रोध यांपासून – मुक्ती

या आध्यात्मिक कादंबऱ्यांद्वारे जीवनाचं गूढ रहस्य जाणा

- योग्य कर्मांद्वारे यशप्राप्ती – सन ऑफ बुद्धा
- शोध स्वतःचा – हरक्युलिसचा आंतरिक प्रवास
- पृथ्वी लक्ष्य – मृत्यूचं महासत्य
- दुःखात खुश राहण्याची कला – संवाद गीता

ज्यांनी नकारात्मक भावनारूपी विष
गिळंकृतही केलं नाही अथवा ओकलंही नाही,
ज्यांच्याकडूनच आपल्याला भावसाधनेच्या रहस्याचा उलगडा होतो,
अशा भगवान शिवांना हे पुस्तक समर्पित.

इमोशन्सवर विजय
दुःखद भावना व्यक्त करण्याची कला

Emotionsvar Vijay - Duhkhada Bhavana vyakta karanyahchi kala
by Sirshree Tejparkhi

प्रकाशक : वॉव पब्लिशिंग्ज् प्रा. लि., पुणे

प्रथम आवृत्ती : ऑक्टोबर २०१७
पुनर्मुद्रण : ऑगस्ट २०१९
ISBN : 978-81-8415-673-7

© Tejgyan Global Foundation

All Rights Reserved 2017.
Tejgyan Global Foundation is a charitable organization having its headquarters in Pune, India.

सर्वाधिकार सुरक्षित

'वॉव पब्लिशिंग्ज् प्रा. लि.'द्वारे प्रकाशित हे पुस्तक अशा अटीवर विकण्यात येत आहे, की प्रकाशकाच्या लेखी पूर्वअनुमतीविना ते व्यापाराच्या दृष्टीने अथवा अन्य प्रकारे उसने, भाड्याने अथवा विकत, अन्य कोणत्याही प्रकारच्या बांधणीत अथवा अन्य मुखपृष्ठासह देता येणार नाही; तसेच अशाच प्रकारच्या अटी नंतरच्या ग्राहकावर बंधनकारक न करता आणि वर उल्लेखिलेल्या कॉपीराइटपुरत्या मर्यादित न ठेवता या पुस्तकाच्या कोणत्याही स्वरूपाच्या विनिमयास, तसेच कॉपीराइटधारक व वर उल्लेखिलेले प्रकाशक दोघांच्याही लेखी पूर्वअनुमतीविना इलेक्ट्रॉनिक, मेकॅनिकल, फोटोकॉपी, रेकॉर्डिंग इत्यादी प्रकारे या पुस्तकाचा कोणताही अंश पुनःप्रस्तुत करण्यास, जवळ बाळगण्यास अथवा सुधारित स्वरूपात प्रस्तुत करण्यास मनाई आहे.

'इमोशन्स पर जीत' या मूळ हिंदी पुस्तकाचा मराठी अनुवाद

अनुक्रमणिका

प्रस्तावना	दुःखद भावनेतून मुक्तीचा मार्ग शिव सुंदर, सूर सुंदर, साधना सुंदर!	९
खंड १	**भावनांचं आकलन** भावनात्मक बुद्धिमत्ता वाढवा	१३
अध्याय १	भावनात्मक बुद्धिमत्तेचं (ई. क्यू.) महत्त्व भावनांची १८ स्थानं	१५
अध्याय २	बालपणीच्या भावनांविषयी धारणा मुलांना योग्य समज मिळणं आवश्यक	२०
अध्याय ३	बालपणी भावनांचा आघात स्वतःला आणि इतरांना समजून घेण्याची पद्धत	२३
अध्याय ४	रडणं चांगलं आहे प्रेमाची लस टोचा	२७
अध्याय ५	आपण मोठे झालो आहोत असुरक्षिततेच्या भावनेतून मुक्ती	३३
अध्याय ६	भावनिक बुद्धिमत्ता युवकांची गरज	३८
अध्याय ७	दुःखद भावनांचं दर्शन संपूर्ण सृष्टी तुमच्यासोबत आहे	४५

अध्याय ८	घटनांच्या दुःखातून मुक्ती	४९
	संवेदनशीलतेला जोडा - प्रज्ञा	
अध्याय ९	भावनांची अभिव्यक्ती करण्याच्या पद्धती	५४
	क्रोधात व्हावा बोध	
अध्याय १०	अस्वाभाविक भावनांचा सामना कसा करावा	६०
	इमोशन आणि फीलिंग यांमधील भेद जाणा	

खंड २: भावनांतून मुक्त होण्याचे उपाय — ६७
भावनात्मक रूपात परिपक्व कसे बनाल

अध्याय ११	भावनात्मकदृष्ट्या परिपक्व कसं बनाल	६९
	खिलाडू वृत्ती जोपासा	
अध्याय १२	भावना मुक्त करण्याची पहिली योग्य पद्धत	७८
	योग्य अधिकारी शोधा	
अध्याय १३	भावना मुक्त करण्याची दुसरी योग्य पद्धत	८२
	पेइंग गेस्ट	
अध्याय १४	भावना मुक्त करण्याची तिसरी योग्य पद्धत	८६
	स्वतःला योग्य प्रश्न विचारा	
अध्याय १५	भावना मुक्त करण्याची चौथी योग्य पद्धत	९१
	एक शक्तिशाली मंत्र	
अध्याय १६	भावना मुक्त करण्याची पाचवी उच्च पद्धत	९५
	ध्यान साधना	
अध्याय १७	भावना मुक्त करण्याची सहावी उच्च पद्धत	१०१
	साक्षीदार बना	
अध्याय १८	भावना मुक्त करण्याची सातवी उच्च पद्धत	१०६
	स्वतःला शरीर मानू नका	
अध्याय १९	भावना मुक्त करण्याची आठवी उच्च पद्धत	११४
	जे हवंय त्यावर लक्ष केंद्रित करा	

अध्याय २०	भावनांतून मुक्त होण्याचा खेळ	१२०
	डायरीत बुद्धिबळ खेळा	

खंड ३	**भावनांवर विजय**	१२३
	अकरा प्रश्न	

अध्याय २१	भावनांवर विजय	१२५
	अकरा प्रश्न	

खंड ४	**भावनांचं सार**	१४५

अध्याय २२	तुमचं पंचतारांकित हॉटेल	१४७
	नकारात्मक भावनांचं निवासस्थान	

अध्याय २३	पंचतारांकित नरक	१५१
	प्रज्ञा, प्रेम आणि आत्मविश्वास यांचा किराया	

अध्याय २४	भाडं कसं वसूल करावं	१५४
	श्वासावर काम करा	

परिशिष्ट	तेजज्ञान व फाउंडेशन पुस्तकांची माहिती	१६०-१६८

प्रस्तावना

दुःखद भावनेतून मुक्तीचा मार्ग
शिव सुंदर, सूर सुंदर, साधना सुंदर!

'सीने में जलन, आँखो में तुफान सा क्यों है,

इस शहर में हर शख्स शान से परे (परेशान) सा क्यों है?'

या आणि अशाच काहीशा शब्दांद्वारे आपल्या भावना अर्थात आपली मनोदशा व्यक्त होत असते. 'सीने में जलन, आँखो में आसुओंका तुफान' असे शब्द म्हणजे भावभावनांचेच प्रकटीकरण आहे. भावना जेव्हा अनियंत्रित होतात, तेव्हा त्यांच्यापासून सुटका मिळावी म्हणून लोक व्यसनाधीन होतात. कारण भावना कशा जाणाव्यात, फील कराव्यात हे त्यांना ठाऊक नसतं. भावनांची अनुभूती घेऊन त्यातून मुक्त होणं ही एक कला आहे, ती आपण शिकू या!

धार्मिक ग्रंथांमध्ये समुद्रमंथनाची खूप सुंदर कथा वाचायला मिळते. कथेनुसार देव आणि दानवांमध्ये झालेल्या युद्धादरम्यान समुद्रमंथन झालं. त्यातून विष आणि अमृत दोन्हीही निघालं होतं. अमृत पिण्यासाठी तर देव काय आणि दानव काय, सर्व जण तयार झाले होते. मात्र, विष पिण्याची पाळी येताच सगळे मागे सरले. त्या विषाचा विखारी प्रभाव सर्व सृष्टीवर पडू लागल्याने सर्वत्र हाहाकार माजला. तेव्हा सृष्टी वाचवण्यासाठी भगवान शंकरांनी ते विष प्यायचा निर्णय घेतला.

मग सर्व विष एकट्या शिवजींनी प्राशन केलं. योगेश्वर शिवजींनी आपल्या तपोबलाने ते विष आपल्या कंठातच थोपवून ठेवलं. त्या विषामुळेच शिवाचा कंठ निळा आहे. म्हणूनच त्यांना नीलकंठ असंही संबोधलं जातं. ही गोष्ट आपणा सर्वांना परिचित आहे. मात्र, त्यातून आपल्याला कोणता संदेश मिळतो, हे पाहू या.

आपण गिळलेला प्रत्येक पदार्थ सरळ आपल्या पोटात जातो. चुकून एखादा अपायकारक पदार्थ पोटात गेला, तर तो पोटासह संपूर्ण शरीराला किती त्रासदायक ठरतो, याची कल्पना आपल्याला आहे. भावनांच्या बाबतीतदेखील अगदी असंच घडतं. भावना जेव्हा गळ्यातून खाली उतरतात, तेव्हा लोकांना त्रास सुरू होतो.

विष गिळणं किंवा ओकणं या दोन्ही बाबी तशा आपत्तीकारकच आहेत, याची भगवान शिवांना चांगलीच जाण होती. त्याचप्रमाणे आपण जर आपल्या भावनांचा समोरच्या व्यक्तीसमोर उद्रेक केला किंवा त्या मुकाट्याने गिळून टाकल्या, तर दोन्हीही बाबी आपल्यासाठी धोकादायक ठरू शकतात.

माणसाला भावनांचा निचरा करण्याच्या दोनच पद्धती ठाऊक आहेत. पहिली पद्धत- भावनांचं दमन करणं आणि दुसरी- समोरच्या व्यक्तीवर आरडाओरडा करून तिला दोषी ठरवणं. आता आपल्या लक्षात आलं असेल, की जेव्हा प्रक्षुब्ध मनुष्य आरडाओरड करतो, तेव्हा त्याला थोडा दिलासा मिळतो, चांगलं वाटतं; पण आपल्या अशा वागण्याचा समोरच्या व्यक्तीवर काय परिणाम होत असेल, याचा तो जराही विचार करत नाही.

आपल्याला या दोन्ही पद्धतींतून बाहेर पडायचं आहे. त्यासाठी शिव (जागृती) साधना ही सर्वोत्तम पद्धत आहे. त्याद्वारे आपण भावना अशा प्रकारे स्थिर करू शकतो, जेणेकरून स्वतःला आणि इतरांनाही त्रास होणार नाही. ते ठिकाण म्हणजे 'आपला गळा, आपला कंठ'. आता हे कसं करता येईल, ते आपण जाणून घेऊ या.

दुःखद भावना गळ्यातच साधण्याच्या साधनेला 'शिव साधना' असं म्हटलं गेलंय. भावना गळ्यात साठवून ठेवण्यापेक्षा साधना करणं जास्त महत्त्वपूर्ण आहे. ही साधना सातत्याने अभ्यास करून साधता येते.

जेव्हा कधी नकारात्मक भावना उचंबळून येतील, तेव्हा त्या गळ्यातच ठेवा. आणि चुकीच्या गोष्टी व्यक्त करण्यापेक्षा सुंदर सूर कंठातून बाहेर पडू द्या. असं केल्याने नकारात्मक भावनांनाही तुम्ही वरदान बनवू शकता. हे कसं शक्य आहे, ते आपण एका उदाहरणाद्वारे समजून घेऊ या.

एक गायक होता. जो अद्याप प्रसिद्ध झाला नव्हता. त्याचं एका मुलीवर प्रेम होतं. त्यामुळे लग्नासाठी त्या मुलीच्या घरी मागणी घालण्यात आली. परंतु आपल्या मुलीचं लग्न एखाद्या गायकासोबत करायचं नाही, म्हणून तिच्या वडिलांनी हे स्थळ नाकारलं.

त्यानंतर मुलीचं लग्न दुसऱ्या कुणाशीतरी करण्यात आलं. त्या मुलाने आपल्या भावनांचा उद्वेगही होऊ दिला नाही किंवा दमनही केलं नाही. मात्र, त्याने एक निर्धार केला, 'मी एक मोठा कलाकार बनून दाखवेन. खूप नावलौकिक मिळवेन. असा गायक बनेन, की कोणत्याही वधू-पित्याला त्याच्या मुलीचं लग्न माझ्याशीच व्हावं, असं वाटेल.'

म्हणून रात्रंदिवस त्याने रियाज केला, खूप कष्ट घेतले, त्यामुळे तो चित्रपट सृष्टीतला नावाजलेला कलाकार बनला.

एके दिवशी ती मुलगी त्या कलाकाराचा ऑटोग्राफ मागायला जाते, तेव्हा तो गायक म्हणतो, "जे घडलं ते योग्यच झालं, अन्यथा मी आज इथवर पोहोचू शकलोच नसतो."

जगात असेही काही गायक आहेत, ज्यांच्या आवाजात लोकांना दुःखाची जाणीव होते, त्यामुळेच त्यांची गाणी लोकांना आवडतात. असे गायकही खूप नाव कमवतात आणि त्यासाठी ते स्वतःच्या दुःखद भूतकाळास धन्यवाद देतात.

आपल्यालाही नेमकं हेच करायचंय. भावनेतून निर्माण झालेल्या दुःखाला आपल्या गळ्यात थोपवून ठेवायचं आहे. सुंदर साधना करायची आहे. मग आपल्या कंठातून असे सुंदर सूर निघतील, की आपण स्वतःच आश्चर्यचकित व्हाल.

तुम्हाला गायक व्हायचंय, असा याचा अर्थ नाही. फक्त एवढंच सांगायचं आहे, की तुमच्या गळ्यातून सूर आणि शरीराद्वारे कर्म होऊ द्या. असं गीत गा (कर्म करा), जे लोकांच्या हृदयाला स्पर्श करेल, लोकांचं भलं करेल.

अशा प्रकारे भावनांसोबत सजगता, जागृती (शिव) साधना करून आपल्या भावनांना अमृतानुभव बनवा.

...सरश्री

खंड १
भावनांचं आकलन
भावनात्मक बुद्धिमत्ता वाढवा

भावनात्मक बुद्धिमत्तेचं (ई.क्यू.) महत्त्व

भावनांची १८ स्थानं

लोकांना आय.क्यू. खूपच महत्त्वाचा वाटतो. जीवनात यशस्वी व्हायचं असेल, तर आय.क्यू. अर्थात इंटेलिजन्स क्वोशंट म्हणजेच बुद्ध्यांक चांगला असायला हवा. परंतु खऱ्या यशासाठी आय.क्यू.ला ई.क्यू.ची साथ असणं अतिशय आवश्यक ठरतं.

लोक आपल्या मुलांची आय.क्यू. टेस्ट करवून घेतात, तसंच तो वाढावा म्हणून प्रयत्नही करतात. परंतु ते स्वतःचा, तसेच मुलांचाही ई.क्यू. वाढावा यासाठी प्रयत्नशील असतात का?

क्षेत्र कोणतंही असो, त्यात यशस्वी होण्यासाठी भावनांची भूमिका महत्त्वपूर्ण ठरते. क्रीडाक्षेत्राचा विचार केला, तर शारीरिक आणि बौद्धिक क्षमता महत्त्वाची असते. परंतु, भावनांना योग्य दिशा देण्यासाठी

आंतरराष्ट्रीय स्तरावरील खेळाडूंना विशेष प्रशिक्षण दिलं जातं. कारण असं दिसून आलंय, की ज्यांचा इमोशनल क्वोशंट चांगला असतो, त्यांचा इंटेलिजन्स क्वोशंटसुद्धा चांगला असतो आणि ते जास्त यशस्वी होतात. बुद्धिमान लोकही जेव्हा आपल्या भावनांवर नियंत्रण ठेवू शकत नाहीत, तेव्हा ते योग्य निर्णय घेऊ शकत नाहीत आणि अपयशी होतात.

मनुष्य शिक्षक असो वा डॉक्टर, वैज्ञानिक असो वा कलाकार; त्याच्या कार्यात भावनांचा खूप मोठा सहभाग असतो. भावना योग्य पद्धतीने व्यक्त झाल्या, तरच त्या आपलं कार्य चांगल्याप्रकारे पार पाडू शकतात. परंतु, आपल्याला बालपणापासूनच भावनांचं दमन करायला शिकवलं जातं. विशेषतः पुरुषांनी रडायचं नसतं... पुरुषांनी प्रेम व्यक्त करायचं नसतं... पुरुषांनी कठोरच असायला हवं... त्यांनी घरगुती कामं करू नयेत... शिवाय मुलं घरात निरीक्षण करतात, घरात स्त्रिया तर रडतात, परंतु पुरुष मात्र कठोरपणे वागताना दिसतात, तेव्हा नकळतपणे तेच संस्कार त्यांच्यावरही होतात.

आता आपल्याला या जुन्या गोष्टींमधून बाहेर पडून आपला इमोशनल क्वोशंट (भावनांक) मजबूत करायला हवा, तरच आपण खरं यश प्राप्त करू शकाल.

चला तर मग, इमोशनल क्वोशंट वाढवण्यासाठी सर्वांत आधी भावनांविषयी जाणून घेऊ या. आपल्या शरीरात भावना कुठे कुठे असतात, ते पाहू या.

भावनांचं स्थानं

आपल्या शरीरात १८ ठिकाणं आहेत, जिथं आपल्याला भावना जाणवतात. वेगवेगळ्या भावनांचं वेगवेगळं स्थान असतं. क्रोध, व्याकुळता, अँग्जायटी म्हणजे मानसिक अस्वस्थता, आनंद, पश्चात्ताप, अपराधबोध, संकोच, उत्तेजना, वासना, भीती, द्वेष, ईर्षा इत्यादी भावना आपल्याला शरीरात कुठे कुठे जाणवतात, याचं प्रशिक्षण घेणं हे भावनांतून मुक्त होण्यासाठी आवश्यक पाऊल आहे.

या प्रशिक्षणाद्वारे काही बाबी मनुष्य स्वतःच अनुभवू लागतो, त्यामुळे भावनांकडे कसं पाहावं, हे त्याला समजू लागतं. जेणेकरून तो भावनांमध्ये जखडून न राहता त्यांना मुक्त करून तोही मुक्ती मिळवतो. अन्यथा, भावना हाताळण्याच्या अज्ञानापोटी लोक त्यांच्याकडे अशा दृष्टीने पाहतात, की त्या दबून जातात, मनात साठून राहतात. त्या अशा प्रकारे रेकॉर्ड होतात, की त्यांचं गाठोडं तयार होतं. मग ते गाठोडंच माणसाच्या शारीरिक आणि मानसिक त्रासाला कारणीभूत ठरतं.

चला तर मग, ही भावना जाणवणारी स्थानं पाहू या. १८ स्थानांपैकी ५ मुख्य बिंदू आपल्या छातीवर आहेत. ते म्हणजे उत्तर, दक्षिण, पूर्व, पश्चिम आणि केंद्रस्थान म्हणजे मध्यबिंदू. काही भावनांचा छातीच्या वरच्या बाजूवर इतका परिणाम होतो, की जणू काही काळीज उसळी मारून वर आलं आहे, असं वाटतं. काही भावना छातीत खालील बाजूस जाणवतात. काही उजव्या, तर काही डाव्या बाजूला. म्हणजेच हृदयाच्या चहूबाजूला. वेगवेगळ्या भावना छातीच्या या पाच भागांत जाणवतात. याचप्रमाणे पाच स्थानं नाभीच्या वर, खाली, उजवीकडे, डावीकडे आणि मध्यबिंदूवर असतात. दोन स्थानं दोन्ही फुप्फुसांची आणि दोन स्थानं खांद्यावर असतात. अशाच प्रकारची हृदयाची ५ (ही सर्व) स्थानं मिळून १४ होतात. उर्वरित ४ स्थानं हात, पाय, पोट आणि डोक्यावर असतात. हात, पाय सुन्न होणं किंवा चक्कर येणं या गोष्टी भावनांच्या शरीरावर होणाऱ्या परिणामामुळेच होतात. आता यापुढे जेव्हाही भावनांचा उद्रेक होईल, तेव्हा या १८ स्थानांपैकी कुठे काय जाणवतं, याकडे लक्ष द्या. ही कला शिकून आपल्याला ही १८ स्थानं ओळखायची आहेत.

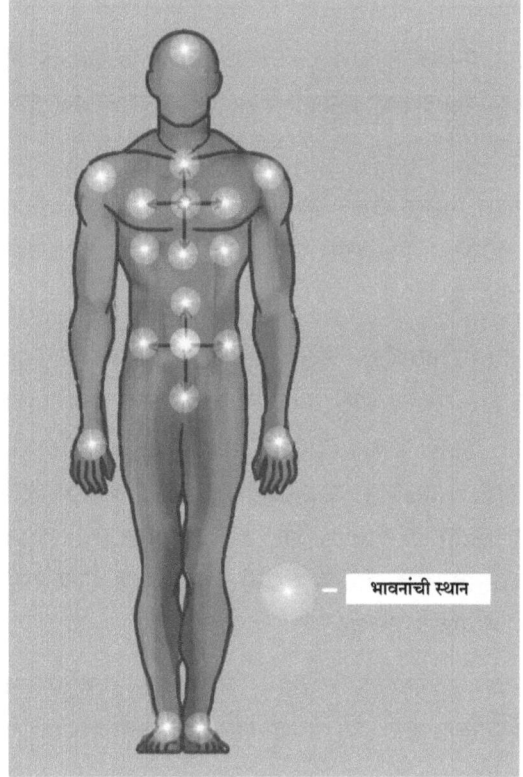

भावनांची स्थान

भीतीसारखी भावना **नाभीच्या वर** म्हणजेच पोटात जाणवते. यामुळेच आत्यंतिक भयापोटी किंवा एखादी वाईट बातमी ऐकताच पोटात गुड-गुड सुरू होते. काही लोकांना छातीच्या आजूबाजूला काहीसा जडपणा जाणवतो. हे कळत नकळत सर्वजण अनुभवत असतात. हा जडपणा आजारपणाच्या त्रासापेक्षा वेगळा असतो. कारण तो भावनांमुळे निर्माण झालेला असतो. कधी कधी संपूर्ण शरीरभर भावनांचा प्रभाव जाणवतो. प्रथम आपल्याला तो प्रभाव कमी करून पूर्णपणे

नष्ट करायचा आहे. असं करत असताना या गोष्टीचं भान ठेवायचं आहे, की कोणतीही भावना विलीन व्हायला, तिचा प्रभाव कमी व्हायला काही अवधी लागतोच. आपण मात्र कोणत्याही भावनेला अडवायचं नाही किंवा ती साठवायचीदेखील नाही. कधीकधी जडपणा जाणवणारं स्थान बदलत राहतं, तर कधी एकाच जागी ठिय्या मांडून बसलेलं दिसून येतं. सुखद भावना असोत की दुःखद, त्यांत वाढ झाल्यानंतर अश्रू वाहायला लागतात. **डोळे ही हृदयाची बाल्कनी आहे.** अश्रू बाहेर आले की लोकांनाही दिसायला लागतात. जे अंतरंगात असतं, ते बाहेर झळकायला लागतं. श्वासाची गती वाढते, म्हणजे तो नाकाच्या बाल्कनीत वेगाने ये-जा करतो. भीती जाणवायला लागली की समजावं, भावनांचा हंगाम सुरू आहे. अर्थात, भावनांचा हल्ला झालाय. अशा वेळी दीर्घ श्वसन करून जाणीवपूर्वक भावनांचं निरीक्षण करावं.

बऱ्याच वेळा **'मोह' नाभीच्या थोड्या वर** जाणवेल, 'प्रेम' त्या स्थानाच्या वरील बाजूला जाणवेल; परंतु **'वासना आणि उत्तेजना' नाभीच्या खाली** जाणवेल.

'संकोच' हीसुद्धा एक प्रकारची भावनाच आहे, ती **संपूर्ण शरीरावर** जाणवते. मात्र संकोच दोन प्रकारचा असतो. एक लाल आणि दुसरा काळा. जसं, एखादी नववधू लाजेने चूर होऊन लाल होते किंवा एखादा लहान मुलगा पाहुण्यांसमोर यायला लाजतो. हा संकोच लाल आहे. हा संकोच सुखद वाटत नसला, तरी तो दुःखदही नसतो.

मनात जर अपराधी भावना असेल किंवा 'लोक काय म्हणतील' ही भावना म्हणजे काळा संकोच होय. तो दुःखद असतो. लाल संकोच आणि काळा संकोच यांत एक अतिशय सूक्ष्म अशी सीमारेषा आहे.

कधीकधी आपल्याला दोन भावनांमधील फरक लक्षात येत नाही. परंतु हा फरक लक्षात येताच सूक्ष्म सीमारेषेचं ज्ञान अवगत झालं, असं समजावं. काही वेळा मनुष्य भावना ओळखण्यात चूक करतो. एखादी भावना तो जशी समजतो, प्रत्यक्षात ती तशी नसून वेगळीच असते. उदाहरणार्थ, ज्याला तो प्रेम समजतो ती भावना बऱ्याच वेळा आसक्ती असते, निव्वळ मोह असतो. प्रेम आणि मोह या दोन भावनांमध्ये फाइन लाइन म्हणजेच सूक्ष्म सीमारेषा असते. मोह आणि प्रेम यांतील फरक स्पष्ट होण्यासाठी भावनेचा प्रभाव कुठे होत आहे, ते पाहायला हवं.

महाभारतातील युद्धादरम्यान अर्जुनाने ज्या भावनांचा सामना केला, ज्या भावना अनुभवल्या, त्यांचेच १८ अध्याय तयार झाले. या अध्यायांद्वारे अर्जुनाच्या माध्यमातून

सर्व भावनांचा परिचय करून देण्यात आला. खरंतर आपण सर्वजण अर्जुनाप्रमाणेच आहोत. आपण सर्व भावना (९ नकारात्मक आणि ९ सकारात्मक) अनुभवतो. कारण भावना केवळ नकारात्मकच असतात असं नाही. कारण छातीत ज्या स्थानी आनंदाचा अनुभव होतो, तेथेच दुःखाचाही अनुभव होतो, ही आश्चर्यकारक बाब आहे. हे आश्चर्य ओळखण्याची कला अवगत होताच, चांगल्या आणि वाईट भावनांमधला फरक तुम्ही जाणू शकाल. मग तुम्ही भावनांमध्ये वाहत न जाता, त्यांचं दमन न करता, त्या भावनांतून मुक्त होऊ शकाल. त्यानंतर या भावना असल्यातरी तुम्ही न डगमगता योग्य निर्णय घेऊ शकाल.

योग्यवेळी योग्य निर्णय घेणं, ही महत्त्वाची बाब आहे. अन्यथा, भावनेच्या भरात लोक कधीच योग्य निर्णय घेऊ शकत नाहीत. मनात उपजणाऱ्या भावना छोट्या आहेत की मोठ्या, खऱ्या आहेत की खोट्या, असं हे लोक स्वतःला विचारूच शकत नाहीत. भावनांशी आसक्त न होता घेतलेले निर्णयच योग्य ठरतात. यालाच भावनात्मक परिपक्वता (मॅच्युरिटी) म्हणतात.

केवळ वयानं मोठं होणं म्हणजे परिपक्वता नव्हे, तर भावनांनी प्रभावित न होता, त्यांच्या आहारी न जाता, त्यांना योग्य प्रकारे हाताळण्याचं कौशल्य शिकूनच मनुष्य भावनात्मकदृष्ट्या परिपक्व बनतो.

थोडक्यात, जे काही घडतंय ते अनुभवण्याची आणि सजगतेनं पाहण्याची कला शिकायला हवी. ९ सकारात्मक आणि ९ नकारात्मक भावना, तसंच त्यांची स्थानं ओळखायला शिका. ध्यानाच्या प्रशिक्षणाद्वारे भावना समजून घेणं आणखी सहजसाध्य होईल.

भावनांशी परिचित होण्यासाठी भावनांविषयी बालपणी तयार झालेल्या काही धारणा जाणून घेऊ या.

बालपणीच्या भावनांविषयी धारणा
मुलांना योग्य समज मिळणं आवश्यक

रोना... कभी नही रोना। चाहे टूट जाए कोई खिलौना...
सोना, चुपकेसे सोना... चाहे टूट जाए सपना सलोना...।

मुलांना आपण हेच तर शिकवतो. वास्तविक भावनांचं दमन केलं जातं, म्हणूनच त्या कधी ना कधी हिंसात्मक रूप धारण करतात. एखाद्या रडणाऱ्या मुलाला समजावून शांत करण्याऐवजी, जर रागावून शांत केलं जात असेल, तर ते मूल आपल्या दाबलेल्या भावना खेळण्यांची तोडफोड करून व्यक्त करतं. कारण खेळणी त्याच्या स्वतःच्या मालकीची असतात, त्यांच्यावर ते राग काढू शकतं. परंतु काही वेळा त्याला तीसुद्धा परवानगी नसते. त्यामुळे मोठेपणी अशा मुलाचा स्वभाव आक्रमक बनतो आणि तो आपल्या जवळच्या लोकांवर राग काढतो किंवा भयभीत अवस्थेत राहतो,

गप्प गप्प राहतो, शांत राहतो. मोठा झाल्यावरही भीत भीतच जगतो. जणू त्याच्यातला आत्मविश्वासच नष्ट होतो.

मात्र, आई-वडील समजूतदार असतील, तर त्यांच्या लक्षात येतं, की मुलगा तोडफोड करतोय, याचा अर्थ तो त्याचा संताप व्यक्त करतोय.

आई-वडिलांना ही समज नसेल, तर ते मुलाला मारतात. पण आई-वडील जर भावनांचं महत्त्व जाणत असतील, त्या नियंत्रित करून त्यांना योग्य दिशा देत असतील, तर मुलाचा ई.क्यू.(इमोशनल क्वोशंट) वाढवण्यासाठी ते त्याला सहकार्य करतील. मूल रडत असताना ते त्याच्या भावना व्यक्त करतंय, हे समजू शकतील. त्याचं रडणं त्यांना अयोग्य वाटणार नाही. उलट ते त्याला जवळ बसवतील, त्याच्याशी संवाद साधतील.

मूल तर आपल्या भावना शब्दांत समजावून सांगू शकणार नाही. परंतु आई-वडील समजूतदार असतील, तर त्याला वेगवेगळे प्रश्न विचारून त्याचे भाव ओळखतील. उदाहरणार्थ, तुला कुणाची भीती वाटतेय का? कुणाचा राग आलाय का? कुणी तुला त्रास दिलाय का? असे वेगवेगळे प्रश्न ऐकूनच मुलाला त्या भावना समजू लागतील, ते त्यांना ओळखू शकेल. शिवाय, त्याला स्वतःच्या भावनांना योग्य दिशाही देता येईल.

कोणतीही खोडी करून मुलगा घरी आला, तर त्याला लगेच रागावण्यापेक्षा त्याने असं का केलं हे जाणून घ्यायला हवं. त्यानंतर त्याला योग्य मार्गदर्शन करायला हवं. असं मूलच मोठं झाल्यावर भावनिक संतुलन साधून आपल्या कार्यक्षेत्रात यशस्वी होऊ शकेल.

बऱ्याचदा आई-वडील मुलाच्या समस्या सोडवण्यासाठी, त्याला समजून घेण्याच्या गडबडीत त्याच्या समस्या अधिकच वाढवतात. मूल पाळण्यात जेव्हा रडायला लागतं, तेव्हा खुळखुळा वाजवून त्याचं मनोरंजन केलं जातं. मूल खुळखुळा पाहून काही वेळ शांत राहतं. मात्र, काही वेळाने ते पुन्हा रडू लागतं. मग ते त्याला कुशीत घेऊन वेगवेगळ्या गोष्टी सांगतात; पण मूल अजूनच जोरजोरात रडू लागतं. अशा प्रसंगी काय करावं, हेच आई-वडिलांना सुचत नाही. वास्तविक त्या वेळी मुलाला कुशीत घेऊन केवळ थोपटण्याची गरज असते, त्याच्याशी बोलण्याची आवश्यकता नसते. त्या वेळी मुलाला निवांतपणा हवा असतो. त्याला आपला आधार तर हवा असतो; पण थोडी शांतताही आवश्यक असते.

मूल पाळण्यात असो की शाळा-महाविद्यालयात, अशा वेळी त्याला आवर्जून सांगा, की **'इकडचं जग तिकडं झालं तरीही आम्ही तुझ्या पाठीशी आहोत.'** मग त्याला जी शांती, जी स्पेस हवी, ती त्याला द्या.

आपण मुलांना आज्ञा तर नेहमीच देतो; परंतु त्यांचा आदरसुद्धा करा. हीच गोष्ट आपण आपल्या सर्वांच्या मनात असलेल्या मुलासाठीसुद्धा करायला हवी.

घरातील एक सदस्य जरी भावनात्मकदृष्ट्या परिपक्क असेल, तरी घरातील मुलं त्याच्याकडून योग्य संवाद साधण्याचं कौशल्य शिकतात. अन्यथा, ज्या मुलांना मारून मुटकून वाढवलेलं असतं, ती मोठी झाल्यावर हाच मार्ग अनुसरतात. अशी मुलं मोठी झाल्यावर एकतर आपल्या भावना दाबून टाकतात, किंवा विध्वंसकपणे व्यक्त करतात. अशी मुलं भावनिक संतुलन साधू शकत नाहीत.

याउलट ज्या मुलांना योग्य तो वेळ देऊन, लक्ष देऊन वाढवलं जातं, ती मुलं मोठी होऊन भावना नियंत्रित करणारी, प्रेमाचा वर्षाव करणारी समजूतदार नागरिक बनू शकतात. त्याचप्रमाणे सर्वोच्च विकसित समाजाचा घटकही बनू शकतात.

लहानपणी मी कितीही रडलो, आरडाओरडा केला, हट्ट केला, तरीही माझे आई-वडील सदैव माझ्या पाठीशी राहिले, हे त्यांना आठवतं. त्यांनी प्रेमात कधीच कमी ठेवली नाही, हे त्यांना स्मरतं. अशी मुलं प्रेमावर विश्वास ठेवू लागतात. परिस्थिती कशीही असो, ती प्रेमानेच हाताळण्याचा प्रयत्न करतात. ज्या मुलांना बालपणी आई-वडिलांचा भरपूर सहवास मिळतो, त्यांना कधीच असुरक्षिततेची भावना भेडसावत नाही. त्यांना काही गमावण्याची भीतीही राहत नाही. त्यामुळे कुणाचे काही हिरावून घेण्याची चूक ते करत नाहीत आणि दोषमुक्त राहतात. असा मुलगा स्वावलंबी होऊन मोठा झाल्यावर आपल्या मित्रांशी, सहकारी लोकांशी आणि परिवाराशी प्रेमाचंच नातं प्रस्थापित करतो. प्रेमाचाच प्रचार आणि प्रसार करतो.

मुलांनी आई-वडिलांना परमेश्वराचा दर्जा द्यावा, असं आपल्याला वाटतं. परंतु याआधी आई-वडिलांनी मुलांचे खरे सोबती बनण्याचा प्रयत्न तरी करायला हवा ना? असे सोबती, ज्यांचा मुलाला अभिमान वाटावा आणि अशीच साथ देण्यासाठी त्याने तयार व्हावं. या पद्धतीने जर तुम्ही मुलांना घडवलं, तर त्यांच्यासाठी यापेक्षा मौलिक धन आणखी कोणतं बरं असेल!

मुलं आपलं भविष्य आहेत. म्हणूनच सर्वप्रथम त्यांना भावनिक ज्ञान देण्याची आपली जबाबदारी आहे. भावना व्यक्त करण्याचे अनेक मार्ग आहेत, ही समज मुलांना द्यायला हवी. आपण जर स्वतःच्या भावना योग्य पद्धतीने व्यक्त केल्या, तर मुलं आपोआपच आपल्याकडून ते कौशल्य शिकतील. चला तर मग, आपल्या भावना सर्वोत्तम पद्धतीने व्यक्त करायला शिकण्याचा निर्धार करू या.

बालपणी भावनांचा आघात
स्वतःला आणि इतरांना समजून घेण्याची पद्धत

एकदा एक लहान मुलगी आपल्या आईसोबत कारमधून जात असताना कारचा अपघात होतो. सुदैवाने मुलीने सीटबेल्ट बांधलेला असल्याने तिला कोणतीच इजा होत नाही. आईला मात्र फ्रॅक्चर झालं होतं. समोर असं दृश्य दिसत होतं : रस्त्यात अपघात झालाय, चौफेर गर्दी जमलीय, ॲम्ब्युलन्स येते आणि जखमी आईला घेऊन निघून जाते. मात्र, मुलीला कोणतीच इजा न झाल्याने तिला आईपासून लांब ठेवलं जातं. आईला ॲम्ब्युलन्समधून नेत आहेत, हे दृश्य ती मुलगी दुरून पाहत असते. त्यानंतर त्या मुलीला घरी आणतात. पण, तिच्या आईवर हॉस्पिटलमध्ये उपचार सुरू असल्याने बरेच दिवस तिला ती घरी दिसत नाही.

अशा प्रकारे काही काळ लोटल्यानंतर आईची

प्रकृती थोडी बरी होते आणि ती घरी येते. मात्र, अजूनही ती खूपच अशक्त असल्याने मुलीला उचलून जवळ घेऊ शकत नाही. ती लहान मुलगी हे सर्व पाहत असते. हे सारे बदल हळूहळू तिच्या अंतर्यामी साठू लागतात. ती मुलगी प्रथमच इतके दिवस आईपासून लांब राहिली होती, त्यामुळे ही घटना तिच्या मनात घर करून राहिली होती. जसं, लहानपणी रस्ता ओलांडताना जेव्हा पहिल्यांदाच एखाद्याला ठेच लागते, तेव्हा ती घटना त्याच्या अंतर्मनात घर करून बसते. पुढे प्रत्येक वेळी रस्ता ओलांडताना आतून ठेच लागल्याची भावना निर्माण होते आणि अचानक तो सावध होतो. मुलीच्या बाबतीतही असंच घडलं. तिने पाहिलं, की 'अचानक काहीतरी घडलं आणि आई मला सोडून गेली. खूप दिवस झाले तरी आई परतली नाही, तोपर्यंत मी आईविना राहिले. मात्र, जेव्हा आई परत आली, तेव्हा ती खूपच बदललेली दिसत होती आणि बरेच दिवस तिने मला कडेवरही घेतलं नाही.' या सर्व गोष्टी तिच्या मनात खोलवर रुजतात. आता जेव्हा ती कुणाला दूर जाताना पाहते, तेव्हा आईपासून दुरावताना सर्वप्रथम ज्या भावना मनात निर्माण झाल्या होत्या, त्याच निर्माण होतात.

ती मुलगी पुढे मोठी होते, तिचं लग्न होतं, तिला मुलं होतात. आता ती मुलगी आई बनलेली असते, तरीदेखील जेव्हा-जेव्हा तिची मुलं कुठे लांब जातात, तेव्हा तिच्यात तशीच फिलिंग निर्माण होते आणि खूप वाईट वाटतं. त्याचप्रमाणे एखादा मित्र, मैत्रीण भेटल्यानंतर निरोप घेताना बाय बाय करतात, तेव्हा ती नकारात्मक भावनेनं त्रस्त होते. काही वर्षांनी मुलं मोठी झाल्यावर त्यांचं करिअर घडवण्यासाठी घर सोडून दुसऱ्या शहरात राहायला जातात तेव्हासुद्धा तिला वाईट वाटतं. लहानपणी घडलेल्या घटनेचा हा अनुभव जीवनभर तिच्यासोबत राहतो. कधीही कुणाला जाताना पाहिलं, तर ही कायमस्वरूपी जात आहे, पुन्हा कधीच परतणार नाही, असं तिला वाटतं. म्हणजेच ही भीती तिच्या अंतरंगात घर करून बसलेली आहे. कारण तिच्या बालपणी ही घटना घडली, तेव्हा ती स्वीकारण्याची तिची मानसिक तयारी नव्हती. एका घटनेचं फळ मिळालं आणि तिच्या मनात काहीतरी जमा झालं. हे सर्व कर्मामुळेच साठत जातं असं नव्हे, तर कधीकधी कर्मफळ येतं आणि त्यामुळे कायमस्वरूपी काहीतरी आत साठून राहतं. मग त्याला अनुसरून आणखी एखादं कर्म होतं आणि त्याचंही फळ मिळतं. हे न थांबणारं चक्र अव्याहतपणे सुरूच राहतं. त्या मुलीच्या जीवनातही हेच चक्र सुरू असतं. म्हणून मोठी होऊन स्वतः आई झाल्यावरही तिच्या बालपणातील भीती, दुःख यांपासून ती अद्यापही मुक्त झाली नाही, सावरू शकली नाही. तसंच, आजतागायत त्या सर्व गोष्टी अजूनही चालूच आहेत.

हे केवळ एका मुलीच्या बाबतीत घडलेलं एक उदाहरण आहे. प्रत्येक लहान मुलाच्या जीवनात अशा कितीतरी घटना घडतात, ज्यामुळे ते मूल आपल्या अंतःकरणात बरंच काही साठवून त्यांचं दमन करत राहतं. शाळा, घर, बाजार, मित्र, कुटुंब अशा विविध ठिकाणी या प्रकारच्या घटना घडत असतात.

बालपणातील प्रोग्रामिंग

प्रत्येक व्यक्तीचं बालपण आणि त्यातील अनुभव वेगवेगळे असतात. याच अनुभवांच्या आधारे प्रत्येकाचं व्यक्तिमत्त्व आकाराला येत असतं. प्रत्येक व्यक्ती वेगळी असण्याचं हे प्रमुख कारण आहे.

परमेश्वराने निर्माण केलेल्या या सृष्टीत सर्वत्र भिन्नता आहे. एकाच रोपट्यावरची दोन फुलंही अगदी एकसारखी नसतात, एकाच झाडावरची दोन फळं एकसारखी नसतात, तसंच असंख्य लोकांमध्येही दोन व्यक्ती समान नसतात. ही भिन्नता शारीरिक तर असतेच; पण मानसिक आणि भावनिकसुद्धा असते. होय! म्हणूनच तर घडलेल्या घटनेवर प्रत्येकाची प्रतिक्रिया वेगवेगळी असते. असं का होतं माहीत आहे? कारण प्रत्येक व्यक्तीची भावनिक बुद्धिमत्ता वेगवेगळी असते.

सर्व प्रकारची भिन्नता असूनही स्वभावाच्या आधारे मानवाची मुख्य तीन प्रकारांत विभागणी केली जाते. पहिल्या प्रकारचे लोक प्रत्येक घटना प्रथम मनात चित्रित करतात, नंतर ती पाहतात. त्यांना 'नयन' असं संबोधल जातं. कारण, ते पाहिलेल्या गोष्टी चांगल्या प्रकारे आत्मसात करू शकतात. दुसऱ्या प्रकारचे लोक शब्दांद्वारे विचार करतात. म्हणजेच घटना ऐकून आधी आत्मसात करतात, नंतर मनाचा आवाज ऐकतात. त्यांना 'श्रीकांत' म्हणतात. तिसऱ्या प्रकारचे लोक प्रत्येक गोष्टीचा भावनिक पातळीवर विचार करतात आणि समजून घेतात. हे केवळ भावनांचीच भाषा जाणतात. म्हणून त्यांना 'भावेश' म्हटलं गेलं आहे.

जगात केवळ नयन, श्रीकांत आणि भावेशच असतात का? नाही. लोकांमध्ये यांचं मिश्र स्वरूपही असतं. काही नयन आणि श्रीकांत, काही नयन आणि भावेश, काही भावेश आणि श्रीकांत. केवळ एवढंच नव्हे, तर यांचं प्रमाणदेखील कमी-अधिक असतं. मात्र, जे पूर्णतः भावेश असतात, ते भावनेच्या भरातच वावरत असतात.

तुम्ही श्रीकांत, नयन, भावेश यांपैकी कुणीही असा, परंतु सर्वांच्या भावना समजून घेणं मात्र आवश्यक आहे. जेणेकरून तुम्ही स्वतःबरोबरच इतरांनाही समजून घेऊन त्यांच्या

भावनांचाही आदर करू शकाल.

लहानपणी घडलेल्या विविध घटनांचा मनावर खोलवर परिणाम होतो. कित्येकदा असं होतं, की काही मित्र क्षुल्लक गोष्टीवरून कोणाची तरी खिल्ली उडवतात, सतावतात किंवा टॉर्चर करतात. हे सारं त्या मुलाच्या अंतर्मनात रेकॉर्ड होतं आणि मग त्याला आयुष्यभर तसाच अनुभव येत राहतो. हे एका उदाहरणाद्वारे समजून घेऊ या.

एका महिलेनं अचानक एक संगीत ऐकलं आणि तिला उदास वाटायला लागलं. तिला आश्चर्य वाटलं, काही वेळापूर्वी ती अगदी व्यवस्थित होती. मग अचानक असं काय घडलं, की तिच्यावर उदासीनतेचं सावट आलं?

त्यानंतर तिच्या लक्षात आलं, की विशिष्ट संगीत ऐकल्यावर ती उदास होते. आता तर तिला भीतीच वाटायला लागली, की न जाणो हे संगीत पुन्हा कानावर पडलं तर..! ही समस्या सोडवण्यासाठी ती एका मनोवैज्ञानिकाकडे जाते.

त्या महिलेच्या उपचारादरम्यान स्पष्ट होतं, की तिच्या बालपणीच आईचा मृत्यू झाला होता. आईचा दफनविधी सुरू असताना जवळच कुठेतरी हे संगीत वाजत होतं. याप्रमाणे त्या महिलेच्या मनात त्या विशिष्ट संगीतासह उदासीनतेचं प्रोग्रामिंग झालं. त्यामुळे तिला जेव्हा हे संगीत ऐकू यायचं, तेव्हा ती उदास होत असे.

हे एक वास्तव उदाहरण आहे. या उदाहरणावरून लक्षात येईल, की अशा कितीतरी घटना आपल्या बालपणी घडलेल्या असतात, ज्या आपलं मन संग्रहित करून ठेवतं. त्यावेळी त्याला समजत नाही, की मोठं झाल्यानंतर या गोष्टींची काहीच आवश्यकता नाही. मोठेपणी जी सुजाणता असते, ती बालपणी नसते. लहान असताना घडलेल्या घटना आठवल्या, तर समजतं, की त्यांच्याकडे पाहण्याचा आपला दृष्टिकोन वेगळाच होता.

आता वाढत्या वयाबरोबर आपण आपल्या मनाचं प्रोग्रामिंग बदलणं आवश्यक आहे. यासाठी आपल्याला प्रत्येक दुःखद भावनेसोबत सुखद भावना जोडायला शिकायचं आहे. सुखद भावनांचं बीज अंकुरताच आपल्या मनाच्या जुन्या प्रोग्रामिंगच्या परिणामांतून तुम्ही तत्काळ मुक्त व्हाल.

अध्याय ४

रडणं चांगलं आहे
प्रेमाची लस टोचा

'आपण भावनाप्रधान आहात काय?' असा प्रश्न आपल्याला विचारला, तर काही लोकांचं उत्तर असेल, 'हो', तर काही लोक म्हणतील, 'नाही'. काही लोक केवळ 'मी जास्त रडतो की नाही' हा विचार करून उत्तर देतील. वास्तविक भावनांचा रडण्याशी काहीएक संबंध नसतो.

लोक नेहमीच भावनांना अश्रूंशी जोडतात. परंतु, भाव केवळ अश्रूंनीच व्यक्त होत नाहीत, ते प्रकट करण्याच्या अनेक पद्धती आहेत.

भावना आपल्या दैनंदिन जीवनाचा अविभाज्य घटक आहेत. मात्र, माणसाला त्याविषयी अत्यल्प ज्ञान असतं. भावना समजून घेऊन त्या योग्य पद्धतीने व्यक्त करण्याच्या पद्धती जर जाणून घेतल्या, तर आपलं जीवन

सहज, सुलभ आणि सुखद होऊ शकतं.

लोकांना वाटतं, जे रडतात त्यांनाच भावना असतात. प्रत्यक्षात तसं नसतं. प्रत्येक व्यक्तीमध्ये भावना उपजतच असतात. रडणं ही केवळ भावनांचा निचरा करण्याची एक पद्धत आहे. आपल्या भावना काही लोक रडून व्यक्त करतात, तर काही क्रोध करून. कुणी त्यांचं दमन करतात आणि आजारी पडतात. आपलं शारीरिक स्वास्थ्यही मोठ्या प्रमाणात भावनांवरच अवलंबून असतं.

ज्या उपायांमुळे केवळ तात्पुरता दिलासा मिळतो, अशाच काही भावनांचा निचरा करण्याच्या पद्धती माणसाला ठाऊक असतात.

बऱ्याच वेळा काही समस्या आल्यावर आपण हताश होतो. कधीकधी सर्वकाही उपलब्ध असूनही आपल्याला निराशा जाणवते. मग आपण मनोरंजनासाठी काही ना काही करत राहतो. काही गोष्टी अशा करतो, की मनोरंजनाच्या नावाने स्वतःच्या मनालाच त्रास करवून घेतो. अशा वेळी आपण थोडी उसंत घेण्याची, थोडा विश्राम करण्याची आवश्यकता असते. काही क्षण थांबण्याची, स्वतःला थोडा स्पेस देण्याची गरज असते.

कुणाशीही बोलताना आपण वाक्य संपल्यानंतर न थांबता सलग बोलत राहिलो, तर ऐकणाराला अर्थबोध होणं कठीण होतं. तसंच, आपण लिहिताना एकही विरामचिन्ह न देता सलग शब्द लिहीत राहिलो, तर ते वाचायला आणि समजायला अवघड होतं.

त्याचप्रमाणे स्वतःलाही अशीच विरामाची आणि थांबण्याची गरज असते. स्वसंवाद साधण्याची, स्वतःला समजून घेण्याची आणि स्वतःच स्वतःचा आधारस्तंभ बनण्याची आवश्यकता असते. कोणतीही समस्या आली आणि परिस्थिती कशीही असली, तरी आपण स्वतःची साथ सोडता कामा नये. रडू येत असेल, तर मनसोक्त रडावं. कारण रडणं ही भावनांना व्यक्त करण्याची, मुक्त करण्याची एक पद्धत आहे. म्हणूनच स्वतःच्या आणि इतरांच्या रडण्याच्या बाबतीत चुकीचे अर्थ लावू नका. मुलांचं रडणं ही तर संवाद साधण्याची एक पद्धत आहे, ती समजून घ्यायला हवी.

दाग अच्छे है... अगर कच्चे है

रडणं तर आपण समजून घेतलं. आता डाग धुणंही समजून घेऊ या. डाग धुणं याचा अर्थ साधनेद्वारे अनेक भावनांची मिळून जी गाठ बनली आहे, जो गुंता निर्माण

झाला आहे, तो सोडवणं. तसंच, भावना योग्य पद्धतीने व्यक्त न केल्यामुळे मनावर आणि व्यक्तिमत्त्वावर पडलेले डाग स्वच्छ करणं. भावनांचं गाठोडं का तयार होतं आणि गुंता का निर्माण होतो, हेसुद्धा समजून घेऊ या.

भावनिक गुंता होण्याचं मुख्य कारण अचेतन मनात दडपून राहिलेली 'नकारात्मकता' हे आहे. कुठे एखादी अपघाताची बातमी ऐकली, एखाद्याच्या आजाराविषयी ऐकलं, की मनात अनेक नकारात्मक विचार येत राहतात. एखाद्या क्षेत्रात स्वतःला सिद्ध करायची वेळ येते, तेव्हा तणावामुळे मनात भीती निर्माण होते. आपल्याला हवं असलेलं एखादं पद किंवा वस्तू, जर दुसऱ्याला मिळाली, तर मनात दुःख आणि ईर्षा जागृत होते. मग ते पद अथवा वस्तू प्राप्त करण्यासाठी मनात लोभही निर्माण होतो. याप्रमाणेच मनात अनेक विचार निर्माण होतात आणि त्याचबरोबर अनेक भावनादेखील प्रवेश करतात. अशा प्रकारे एका भावनेतून दुसरी भावना निर्माण होते आणि मनात जणू भावनांची जत्राच भरते. ही भावनांची शृंखला परस्परांमध्ये गुंतू लागल्याने किंवा त्या प्रकट न केल्याने त्या अंतर्मनात दबल्या जातात. या भावनांच्या गाठी सोडवायच्या असतील, तर सर्वप्रथम स्वतःला मुक्त ठेवायला हवं. स्वतःला खुलं करण्यासाठी मोकळा श्वास घ्यायला हवा.

एखादी भावना तीव्र होते, तेव्हा आपल्या श्वासाची गती बदलते, हे आपण अनुभवलं असेलच. कारण आपल्या मानसिकतेशी श्वासाचा गाढ संबंध असतो. यासाठी जेव्हा कधीही एखादी तीव्र भावना तुमच्यावर स्वार होत असेल, तेव्हा स्वतःच्या श्वासाकडे लक्ष द्या. मोकळेपणाने श्वास घेणं सुरू करा. हे सुरू केल्यानंतर काही वेळेतच तुम्हाला भावनांची तीव्रता कमी होत असल्याचं जाणवेल.

काही वेळा दुःखद किंवा धक्कादायक बातमी ऐकताच आपला श्वास रोखला जातो, एखादी रोमांचक घटना आपण श्वास रोखून पाहतो. वास्तविक श्वास तर शरीरात प्राण ओतण्याचं काम करतो, शरीराला आणि मनाला ऊर्जा प्रदान करतो. आपण जेव्हा श्वास रोखून धरतो, तेव्हा शरीर आणि मन दोन्हीही संकुचित होतात. म्हणूनच नेहमी आपल्या श्वासावर लक्ष द्यायला हवं आणि मुक्तपणे श्वास घ्यायला हवा. मुक्तपणे घेतलेला श्वास मनही रिक्त करतो.

खुललेलं मन घटनांचा स्वीकार करायला तयार असतं. जे झालं किंवा जे होत आहे ते कायमस्वरूपी नाही, ते निश्चितच बदलणार, नाहीसं होणार, हे ते मान्य करतं. जसं, ढग येतात आणि निघूनही जातात. कोणतीच स्थिती कायमस्वरूपी टिकणारी

नसते, त्यात बदल होत असतो आणि मोकळं मन अशा बदलांचा स्वीकार सहजपणे करायला तयार असतं. मन प्रवाहित राहिलं तर अशा खळखळून वाहणाऱ्या मनात कोणत्याही भावनेचे डाग शिल्लक राहत नाहीत. असं मन नेहमी स्वच्छ आणि निर्मळ राहतं.

मुलांना आपण स्वच्छतेचं महत्त्व सांगतो. खाण्याआधी हात स्वच्छ धुवावेत... दररोज दात घासावेत... अंघोळ करावी... नखं कापावीत... वगैरे. याबरोबरच त्यांच्या मनालाही स्वच्छ ठेवण्याचं प्रशिक्षण आपण त्यांना दिलं, तर मुलं कधीही भावनांमध्ये गुंतून राहणार नाहीत. शिवाय, स्वतःचं नुकसानही करणार नाहीत.

वास्तविक भावना हीच माणसाची ओळख आहे, ही एक नैसर्गिक बाब आहे. मनुष्य आहे तर भावना या असणारच. माणसाच्या अनेक कार्यांमागचं प्रमुख कारण भावना हेच असतं, त्याच माणसाच्या प्रगतीला कारणीभूत ठरू शकतात. परंतु, मनुष्य जर आपल्या भावनांवर नियंत्रण ठेवू शकत नसेल, भावना त्याच्यावर स्वार होऊन त्याला त्याच्या ध्येयापासून दूर नेत असतील, तर ते योग्य ठरणार नाही.

क्रिकेटच्या मैदानात खेळणारा क्रिकेटर जर या भावनेने खेळत असेल, की मला माझ्या देशाला जिंकवण्यासाठी खेळायचंय, तर ठीक आहे. मात्र, विरोधी संघातला एखादा खेळाडू त्याला काही बरं-वाईट बोलला किंवा अपशब्द वापरला आणि त्यामुळे त्या खेळाडूला संताप आला, तर त्याचा खेळ बिघडू शकतो. अशा वेळी ऐकलेल्या चुकीच्या शब्दांकडे आणि स्वतःच्या रागाकडे दुर्लक्ष करून, त्याने फक्त आपल्या देशासाठी कर्म करण्याच्या भावनेकडेच लक्ष द्यायला हवं.

प्रेमाची लस

आपल्याला भावनेच्या भरात वाहून जायचं नाही. भावना जरी आपल्या शरीराचाच घटक असल्या, तरीही आपण त्यांना शरीराशी जोडू नये. थकवा आला, तर लोकांना चेतना कमी झाली असं वाटतं. वास्तविक शरीराच्या थकव्याशी चेतनेचा कोणताही संबंध नाही. शरीर कितीही थकलेलं अथवा आजारी असलं, तरीही चेतनेचा स्तर उच्च राहू शकतो. चेतनेचा स्तर कमी झालाच, तर तो अज्ञानामुळे होतो. एखाद्याच्या शरीरात कितीही उत्साह असेल, ते कितीही निरोगी असेल, तरीही अज्ञानामुळे त्याच्या चेतनेचा स्तर कमी होऊ शकतो.

आपल्याला शरीर आणि भावना या दोन्हींकडे वेगवेगळ्या दृष्टिकोनातून

पाहायचं आहे, त्यांच्याकडे साक्षीभावानं पाहायचं आहे. भावनांपासून दूर होऊन त्यांचं अवलोकन करायचं आहे. सर्व भावना व्यवस्थित तपासून, निरखून, पारखून त्यांपैकी कोणत्या सोबत बाळगायच्या आणि कोणत्या बाहेर काढून टाकायच्या आहेत, हे ठरवायचंय. अन्यथा नको वाटणाऱ्या, दाबलेल्या या भावना मनात विकार निर्माण करून मन अस्वस्थ करतात. मनाला ओरबाडून, जखमी करून कर्मबंधनाच्या रेषा खोलवर उमटवतात. अशा प्रकारचं अस्वस्थ मन शरीराचा विकास साधू शकत नाही. हीच शिकवण आपल्या मुलांनाही द्यायला हवी. मुलांच्या स्वास्थ्यासाठी आपण त्यांना वेगवेगळ्या लशी टोचून घेतो; परंतु त्याबरोबरच प्रेमाचीही लस टोचून घ्यायला हवी.

आजकाल विविध प्रकारच्या आजारांपासून वाचण्यासाठी प्रतिबंधक लशी घेतल्या जातात. तसेच, भावनांमुळे निर्माण होणाऱ्या विकारांपासून दूर राहण्यासाठीसुद्धा आपल्याजवळ सदैव एक लस बाळगावी, ती म्हणजे प्रेमाची लस! प्रेम हे एक असं मलम आहे, जे सर्व बंधनं नाहीसं करून मनाला पुन्हा स्वच्छ करतं, नावीन्याचा स्वीकार करायला सज्ज करतं. म्हणूनच मनात प्रेम जागृत करायचं, हीच क्रांती आहे. प्रेमभावनेचं आवाहन करण्याची क्रांती म्हणजेच समज प्रगल्भ करण्याची क्रांती!

प्रेमाचा वर्षाव

संतुलित वर्षा जीवनाच्या निर्मितीला कारणीभूत ठरते. पावसाचे थेंब तप्त धरेला शांत करून तिच्यात पडलेलं बीज अंकुरित करतात, सृष्टीला समृद्ध करतात. मात्र तोच पाऊस जर अवकाळी असेल, आवश्यकतेपेक्षा कमी किंवा जास्त असेल, तर सृष्टीच्या विध्वंसाला कारणीभूत ठरतो. भावनांच्या बाबतीतही असंच घडतं.

काही वेळा संतापाने आपण समोरच्या व्यक्तीवर ओरडतो. मनातला असंतोष बाहेर काढतो. आपल्याला वाटतं, असंतोष व्यक्त केला की आपण शांत होऊ. पण, आपण ज्याच्यावर संतापतो त्याचं काय? वास्तविक इतरांवर संताप व्यक्त करून आपण त्याच्या मनाला वेदना तर देतोच; पण स्वतःलाही त्रास देतो. दोघांच्याही मनावर रेषा उमटतात, दोघेही कर्मबंधनात अडकतात. अशा वेळी दोघांपैकी एक जरी समजूतदार असला, तरी कर्मबंधनाचा तणाव कमी होतो. समजदार मनुष्य अशा पद्धतीने आपल्या रागाचा वर्षाव इतर कुणावर करत नाही, त्याचप्रमाणे तो आपली रागाची भावनाही तत्क्षणी नष्ट करतो, कर्मबंधन तयारच होऊ देत नाही. ज्या व्यक्तीवर राग व्यक्त होतोय, ती व्यक्ती (आई-वडील, भाऊ-बहीण, मित्र) समजूतदार असेल,

तर क्रोध करणाऱ्याच्या भावना समजू शकेल. त्याला त्वरित क्षमा करून स्वतःही कर्मबंधन तयार होण्यापासून वाचेल.

यासाठी कुटुंबात किमान एक तरी व्यक्ती समजूतदार असायला हवी, जी घरात होणाऱ्या भावनांच्या वर्षावाला योग्य दिशा देऊ शकेल. मूल जर मोठ्यानं रडत असेल, आरडाओरडा करत असेल, तर त्याला रागावून लगेचच गप्प न बसवता थोडं थांबणंच इष्ट ठरतं. त्याला स्वतःच शांत व्हायला अवधी द्यायला हवा. त्याला प्रेमाने गोंजारत राहा. घरातील एखादी व्यक्ती संताप व्यक्त करत असेल, तर तिलाही तिच्या रागाच्या भावना मुक्त करायला अवधी द्या. ती रागाचा वर्षाव करत असेल, तर तुम्ही प्रेमाची छत्री उघडा. सर्वांशी चांगल्या पद्धतीने आणि शांततेने संवाद साधा. असं केल्यानेच घरात शांतता प्रस्थापित होऊ शकेल!

अध्याय ५

आपण मोठे झालो आहोत
असुरक्षिततेच्या भावनेतून मुक्ती

हत्तीच्या पिल्लाच्या पायात साखळी बांधून ठेवली जाते, हे आपण जाणतोच. लहान असताना तितकी शक्ती नसल्यामुळे ते साखळी तोडू शकत नाही. अर्थात, खूप प्रयत्न करूनही तोडू शकत नाही. पुढे हत्तीचं पिल्लू मोठं होतं, तरीसुद्धा ते साखळी तोडत नाही. कारण लहानपणी खूप प्रयत्न करूनही ते साखळी तोडू शकलेलं नसतं. त्यामुळे मोठं झाल्यानंतरदेखील तो हत्ती पुढे आयुष्यभर कधीच साखळी तोडण्याचा प्रयत्न करत नाही. कारण त्याच्या मनात पक्कं ठसलेलं असतं, की 'ही साखळी अतिशय मजबूत आहे आणि मी ती तोडू शकत नाही.' वास्तविक पाहता एका मोठ्या हत्तीसाठी साखळी तोडणं ही अतिशय क्षुल्लक बाब आहे.

माणूसही अगदी असंच करतो, बालपणी

अंतर्मनात झालेल्या प्रोग्रामिंगला मोठं झाल्यानंतरही खरं मानतो. समजा, एखादा मनुष्य लहानपणी ५ किलो वजन उचलण्याचा प्रयत्न करूनही ते उचलू शकला नसेल, तर तो मोठा झाल्यानंतरही, 'अरे, हे फारच जड आहे, मला उचलणं शक्य नाही,' असंच म्हणतो. अशा वेळी त्याला सांगायला हवं, 'आता तू मोठा झाला आहेस, स्वतःला जरा आरशात पाहा. लहान असताना तुला ५ किलो वजन जड वाटलं असेल; परंतु तेव्हाची गोष्ट वेगळी होती. आता तू मोठा झाला आहेस.'

एखाद्या प्राण्याने असा विचार केला, तर समजू शकतं, चला त्याला अक्कल कमी आहे. मात्र, माणूसही जर असं वागू लागला, तर त्याला ज्ञान मिळणं आवश्यक आहे. 'कानांवर पडलेल्या शब्दांत खरंच किती शक्ती आहे? त्याच्यात मला दुःखी करण्याची शक्ती आहे का?' यावर मनुष्यानं पुनर्विचार करणं आवश्यक आहे. लहान असताना ते शक्तिशाली वाटलं, कारण तुम्ही अशक्त होता. आता तुम्ही मोठे झाला आहात आणि तुमची भावनात्मक शक्ती आधीपेक्षा जास्त आहे. वास्तविक अशा विचारांची शक्ती एखाद्या डासापेक्षाही कमी असते. मात्र, मनुष्य विचारांचं पोषण करून त्यांना धष्टपुष्ट बनवतो, त्यांना बळ देतो.

जोपर्यंत मनात विचार येत नाही, तोपर्यंत मनुष्य आरामशीर बसलेला असतो, गाणं गुणगुणत असतो. मात्र, नकारात्मक विचार किंवा भाव मनात निर्माण होताच त्याची स्थिती बिघडते.

एखादा मनुष्य विचार करतो, 'मी आजारी आहे. मी आता म्हातारा झालोय, माझ्याकडून हे काम होणार नाही.' लक्षात घ्या, की तुमच्या घरात विविध प्रकारचे गॅजेट्स किंवा यंत्रसामग्री असेल. त्यातील काही जुनी झाली असेल, तर काहींमध्ये बिघाड झाला असूनही ती काम करत असेल, उपयोगी पडत असेल. कारण त्या सामग्रीत तुलनात्मक मन (तुलना करणारं मन) नाही. जे म्हणेल, 'मी आजारी आहे, मी अशक्त झालोय, हे काम मी कसं करू?' उदाहरणार्थ, तुमच्या घरातील भांडी कितीही जुनी झाली असतील, तरीही तुम्ही ती स्वयंपाकासाठी वापरत असाल आणि स्वयंपाक उत्तमच होत असेल. त्या भांड्यांमुळे कधी स्वयंपाक बिघडत नाही. त्यांना तुम्ही दररोज तापवता, तरीही त्यांचं काम सुरू असतं. मात्र, माणसाच्या बाबतीत कधीच असं होत नाही. कारण त्याच्या मनात विचार येताच तुलनात्मक मन सक्रिय होतं आणि त्याला वाटायला लागतं, 'मी तर आजारी आहे, मला हे कसं जमेल?'

एक मनुष्य आनंदाने जगत असतो. अचानक त्याच्या मनात विचार येतो, 'माझ्या

मेडिकल रिपोर्टमध्ये कॅन्सर तर येणार नाही ना?' बस्स... एवढा विचार येताच आनंद कुठल्या कुठे विरून जातो आणि दुःखद भावना त्याला ग्रासून टाकते.

आपलं अंतर्मन बोलून बोलून आपले कान भरत असतं. जसं, एखादी व्यक्ती इतरांबद्दल आपले कान भरत असते, 'अमुक मनुष्य चांगला नाही, तो खूप वाईट आहे.' त्यानंतर तुम्ही जेव्हा त्या व्यक्तीला भेटायला जाता तेव्हा ती कशीही असो, तुम्हाला वाईटच भासते. अशाच प्रकारे अंतर्मन जेव्हा तुमचे कान भरतं, तेव्हा तुम्ही कोणत्याही भावनेकडे योग्यरीत्या पाहू शकत नाही.

सदर पुस्तकासारखं एखादं पुस्तक वाचून भावनांची सत्यता जाणून घेता, तेव्हा तुमचे कान रिक्त व्हायला लागतात. त्यानंतरच तुम्ही तुमचं अंतर्मन शुद्ध, स्वच्छ करू शकता.

तुमच्यात जागृतीची शक्यता आहे

बालपणात अंतर्मन जाहीर करतं, 'साखळी अत्यंत मजबूत आहे.' त्यामुळेच हत्तीचं पिल्लू मोठं झाल्यानंतरदेखील साखळी तोडण्याचा साधा प्रयत्नही करत नाही. कारण प्रशिक्षण देणाऱ्यांना हे ठाऊक असतं, की हत्ती किंवा इतर बलवान प्राण्यांमध्ये हीच कमतरता असते. मनुष्यजातीचा जसा बौद्धिक विकास होतो, तसा अशा प्रकारच्या प्राण्यांमध्ये होत नाही, हे त्यांना ठाऊक असतं. हत्तींचाही बौद्धिक विकास झाला असता, तर त्यांच्या जीवनात आंतरिक विकास सुरू झाला असता. कारण एकात जागृती आली, तर हळूहळू इतरांमध्येही ती येते. हा निसर्गनियमच आहे. यासाठी किमान एकामध्ये तरी जागृती प्राप्त होणं आवश्यक आहे. जागृतीची शक्यता केवळ मनुष्यातच आहे. कारण त्याला सांगता येतं, 'बाबा रे, तू स्वतःला इतका दुर्बल का समजत आहेस? कारण केवळ तुझ्या अंतर्मनाने बिंबवलंय, की तू दुर्बल आहेस, प्रत्यक्षात मात्र तसं नाही.'

मनुष्य अशा कितीतरी गोष्टी मनाशी गृहीत धरून बसलाय. उदाहरणार्थ, या जगात जीवन जगणं अतिशय कठीण आहे. लोकांना समजून घेणं ही अतिशय कठीण बाब आहे. आजकाल प्रत्येक गोष्ट आधीपेक्षा अधिक बिकट झाली आहे. आजकाल सगळीकडेच स्पर्धा आहे. पूर्वी तसं नव्हतं... वगैरे.

अशा प्रकारे आपल्या अंतर्मनाच्या जाळ्यात गुरफटलेला मनुष्य दावा करतो, 'मी या धारणांची साखळी तोडू शकत नाही. खूप प्रयत्न करूनही तोडू शकलो नाही किंवा माझं दुःख नष्ट होतच नाही. मी बरेच प्रयत्न केले, पण अयशस्वी ठरलो.' परंतु

त्याला हे ठाऊक नाही, की त्याचा हा दावा पोकळ आहे. अशा वेळी त्याला हे सांगणं आवश्यक आहे, की तू आता मोठा झाला आहेस. आधी जरी तुला हे शक्य नव्हतं, तरी आता भावनात्मक शक्ती मिळाली आहे. त्यामुळे सर्व काही शक्य आहे. आता तू आपल्या अंतर्मनातील कथांमधून बाहेर पड. कदाचित तुला तुझ्या जीवनात दुःख जाणवत असेलही; पण त्यातून मुक्त होणं असाध्य समजू नकोस. असं करून खरंतर तू चूक करत आहेस.

केवळ माणसाकडूनच मनाच्या गुलामीची बेडी तोडण्याची आशा बाळगता येते. तुम्ही ज्या बेड्यांमध्ये बांधले गेले आहात, त्या तोडणं केवळ तुम्हाला स्वतःलाच शक्य आहे. कारण 'तुम्ही आता मोठे झाला आहात.' आता तुम्हाला भावनांतून मुक्त होण्याचं ज्ञान मिळत आहे. त्यामुळे, 'आजवर मी स्वतःभोवती जो साखळदंड बांधून ठेवला होता, तो आता तोडणार आहे. ज्या बाबी मला अशक्य वाटत होत्या, त्यांची एका कागदावर नोंद करून त्या एकापाठोपाठ पूर्ण करणार आहे,' असा नवा आत्मविश्वास, नवीन समज, नवं साहस आणि नवा उत्साह स्वतःमध्ये जागृत करा. असं केल्यानंतर तुमच्या जीवनात झालेलं परिवर्तन पाहून तुम्ही स्वतःच म्हणाल, 'हे तर सहज शक्य होतं. बस्स... थोडंसं मनन करायचं होतं. साखळदंडाला हळुवारपणे एक झटका द्यायचा होता. मग तरीही मी इतका वेळ व्यर्थ का घालवला? कोण मला अडवत होतं?'

अशाप्रकारे अर्धवट मनानं केलेलं काम कधीच यशस्वी होत नाही. यासाठी शृंखलारूपी धारणांना पूर्ण ताकदीनं झटका देणं आवश्यक आहे. जसं, एखादं काम तुम्ही हाती घेतलं आहे. ते काम तुमच्याकडून पूर्ण होईल की नाही, याविषयी तुम्ही साशंक असता. तरीही ते 'एकदा करून पाहायला काय हरकत आहे' असं म्हणून तुम्ही पुन्हा सुरुवात करताच ना!

आपल्यासाठी साखळी (चुकीची धारणा) तोडणं फारसं अवघड काम नसतं, गरज असते ती केवळ थोडा गृहपाठ करण्याची. जसं, तुम्ही वर्षभर थोडं थोडं काम करत राहिलात, तर ते तुम्हाला फार मोठं वाटत नाही. मात्र, तुम्ही वर्षभराचं काम एका दिवसात करायचा विचार कराल, तर ते पर्वतासमान भासतं. दुःखद भावनांच्या साखळीबाबतही असंच होतं. माणसाने एका वेळी एकच काम केलं, तर त्याला त्या कामाचं ओझं जाणवत नाही.

माणसाला कधी ना कधी हा गृहपाठ (मनन) करावाच लागेल. मग भलेही तो स्वतः करो किंवा दुसरा कुणी येऊन त्याच्याकडून करवून घेवो. ज्याचं स्वातंत्र्यावर प्रेम

असतं, तो वाट न पाहता सरळ कामाला लागतो, त्याला स्वातंत्र्य हवं असतं.

स्वतंत्र होण्यासाठी तुम्हाला प्रत्येक बाबीचं पुनरावलोकन करायचं आहे. नव्या पद्धतीने वास्तव पाहायचं आहे. जुनं सारं बदलायचं आहे. हे समजताच तुम्ही मोठे होता. मग आधीचं सर्व काही बदलतं आणि तुम्ही सदैव आनंदी राहू लागता. आधी असुरक्षिततेच्या भावनेतून अंतर्मनानं काही बंधनं निर्माण केली होती. मात्र, 'आता तुम्ही मोठे झाला आहात, त्यामुळे असुरक्षितता राहिलेली नाही.'

भावनिक बुद्धिमत्ता
युवकांची गरज

एक मुलगा रात्री उशिरा घरी आला. आईने दरवाजा उघडला आणि त्याला विचारलं, ''एवढ्या उशिरा का आलास?''

मुलगा म्हणाला, ''आई मी एक इमोशनल चित्रपट बघायला गेलो होतो. चित्रपट होता, 'प्यारी माँ.''

आई म्हणाली, ''ठीक आहे. आत जाऊन 'जुलमी बाप'ही पाहून घे.''

या घटनेत स्पष्टपणे दिसतंय, की कुणीही इतरांच्या भावना समजून घेत नाही. उलट त्यांच्या भावनांची उपेक्षाच करतात. इतरांच्या भावना समजण्यासाठी भावनिक बुद्धिमत्ता आवश्यक असते. भावनिक बुद्धिमत्ता म्हणजे काय, हे आता आपण समजून घेऊ या.

आपल्या भावना कशा जाणाव्यात, हे भावनिक बुद्धिमत्तेमुळेच कळतं. हाऊ टू टेक ओनरशिप ऑफ अवर इमोशन्स? आपल्या भावनांवर नियंत्रण कसं मिळवावं? अचानक उद्भवलेली परिस्थिती, घटना किंवा एखाद्याच्या कृतीवर आपल्या भावना कशाप्रकारे व्यक्त कराव्यात? परंतु केवळ स्वतःच्या भावना समजणं महत्त्वाचं नाही. इतरांच्या भावनाही समजून घेऊन त्यांच्याशी कसं वागावं, हे समजणंही अतिशय महत्त्वपूर्ण ठरतं. स्वतःबरोबरच इतरांच्याही भावना समजून घेणं ही एक कला आहे. ज्यांना ही कला अवगत होते, त्यांना जीवनातील प्रत्येक क्षेत्रात यश मिळतं, तेच लीडर बनतात आणि यशोशिखरावर आरूढ होतात.

ज्यांना जीवनात यशस्वी व्हायचंय त्यांनी सर्वप्रथम भावनात्मक बुद्धिमत्तेचं कौशल्य प्राप्त करण्याचा, भावबुद्धी आत्मसात करण्याचा संकल्प करायचा आहे. त्यानंतर त्याचा नियमित सराव आणि उपयोग करायला हवा. भावनिक बुद्धिमत्तेचं कौशल्य आत्मसात करण्यापूर्वी भावनिक बुद्धिमत्तेविषयी नेमकं ज्ञान मिळवणं आवश्यक आहे.

बरेच लोक म्हणतात, 'कुणीच मला समजून घेत नाही... माझ्या भावना कुणाला कळत नाहीत... मलाच सगळ्यांना समजून घ्यावं लागतं...' वगैरे. भावनात्मक बुद्धिमत्तेचं कौशल्य आत्मसात केल्यानंतर, ही कला अवगत झाल्यामुळे इतर लोक आपलं म्हणणं ऐकतील आणि ते मान्यही करतील, असा विचार जर कुणी केला, तर ते चुकीचं ठरेल. उदाहरणार्थ पती-पत्नी, भाऊ-बहीण, मित्र-मैत्रीण, स्वार्थी मित्र, अधिकारी या सर्वांना ते त्यांच्या भावना समजावून सांगतील. परंतु सर्व लोक त्यांचं म्हणणं ऐकतीलच, असा विचार त्यांनी करणं अयोग्य आहे. कारण भावनात्मक बुद्धिमत्तेचं ज्ञान तुम्हाला आहे, त्यांना नाही. म्हणून 'आता काहीही होणार नाही, लोक माझ्या भावना समजूच शकत नाहीत...' असे निराशावादी विचार करणं टाळायला हवं.

प्रत्येक व्यक्ती तुम्हाला समजून घेईलच असं नाही आणि तशी गरजही नाही. हे वास्तव आहे. काही लोक तुम्हाला समजून घेतील, तर काही समजून घेणार नाहीत.

भावनात्मक बुद्धिमत्ता कौशल्य अशा लोकांसाठी वरदान आहे, जे ही कला शिकत आहेत. याद्वारे त्यांचा विकासच होईल. ही कला शिकताना, आपल्या भावना कशाप्रकारे व्यक्त कराव्यात? आपल्यात निर्माण होत असलेल्या भावनांचं निरीक्षण कसं करावं? या बाबी जाणायच्या आहेत.

इतरांच्या भावना समजून घेऊन, स्वतःच्या भावना ओळखून, आपली प्रतिक्रिया योग्य पद्धतीने व्यक्त करण्याची कला म्हणजेच भावनिक बुद्धिमत्ता होय.

प्रत्येकाला शांती (chill) हवी असते. मानसिक शांती प्रत्येकाला प्रिय असते. परंतु लोक शांत राहण्याऐवजी आरडाओरडा करतात. असं का होतं? लोक म्हणतात, 'मला बोलायचं नव्हतं, संताप व्यक्त करायचा नव्हता; पण मी स्वतःवर नियंत्रण ठेवू शकलो नाही.' आपण नेहमीच पाहतो, बोलायचं नाही, संताप करायचा नाही, असं ठरवूनदेखील लोक बोलतातच. संतापायचं नसतं तरीही संताप व्यक्त करतातच. ओरडायचं नाही, असं ठरवूनही ओरडायला लागतातच. 'शांती'ची इच्छा संभ्रमात कधी परिवर्तित होते, हे लक्षातच येत नाही. अशा वेळी आपल्या भावना समजणं, अभ्यासणं, त्यांचं निरीक्षण करणं आणि त्या अभिव्यक्त करणं आवश्यक आहे.

भावनांबद्दल योग्य समज नसल्याने म्हणजेच भावनिक बुद्धिमत्तेच्या अभावामुळे लोक बऱ्याच गोष्टी बिघडवून टाकतात. इतकंच नव्हे, तर त्यांच्या जीवनातील समस्या वाढवतात आणि बदल्यात असंतोष प्राप्त करतात. मित्र, नातेवाईक, शेजारी, सहकारी आणि अधिकारी सर्वांबद्दल असंतोष! हा असंतोष आपल्या शरीरात व मनात पसरून आपल्याला जखडून टाकतो, त्यामुळे घुसमट जाणवते. मग याच घुसमटीपासून लोकांना पलायन करायचं असतं. परंतु, खरंच आपण त्यातून बाहेर पडू शकतो का? अशा प्रकारे ही धावाधाव, हे पलायन आयुष्यभर सुरू असतं; पण संतोष कुठेच लाभत नाही. असं का घडतं माहीत आहे? कारण आपण प्राप्त परिस्थितीतून आणि अडचणींतून तर पळ काढू शकतो, परंतु स्वतःपासून पलायन करू शकत नाही. खरं सांगायचं तर 'संतोष' आणि 'शांती' या बाजारात विकत मिळणाऱ्या वस्तू नाहीत, ज्या आपण विकत घेऊ शकू. ही तर आत्मानुभूती आहे. शिवाय, निश्चितपणे खातरी व दृढ विश्वास असल्याशिवाय हा अनुभव प्राप्त होऊ शकत नाही. याचबरोबर 'मी कोण आहे आणि मी पृथ्वीवर का आलो आहे?' याबाबत विचारात स्पष्टता असायला हवी.

आपण कधी कधी किंवा नेहमीच भावनेच्या भरात असं काहीतरी करून किंवा बोलून बसतो, ज्यामुळे नंतर पश्चात्ताप करण्याची वेळ येते. आपल्या चुकीची जाणीवसुद्धा आपली दृढता वाढवते. स्वतःची चुकीची वागणूक ओळखून ती स्वीकारणं, हीदेखील विचारांतील दृढता आहे.

स्वामी विवेकानंदांनी त्यांच्या अल्प काळात भारतीय तत्त्वज्ञान सर्व जगात

पोहोचवलं. त्यांचे विचार आणि तत्त्वज्ञान विरोधकांनीही स्वीकारलं. हे सर्व दृढ निश्चयामुळे आणि विश्वासामुळेच शक्य झालं. त्यांनी तरुणांनासुद्धा संदेश दिला, 'शक्ती कमी होता कामा नये. दुर्बल होऊ नका. जिथे जिथे शक्ती कमी पडते, तिथेच ध्येयप्राप्ती अदृश्य व्हायला लागते. शक्ती वाढवण्यासाठी आत्मबळ आणि आध्यात्मिक बळ वाढवा.'

स्वामीजींचं जीवन हेच दृढ विश्वासाचं उत्तम उदाहरण आहे. 'स्वामी' म्हणजे तो, जो आपल्या भावनांचा स्वामी आणि मालक आहे. जो आपल्या भावनांवर नियंत्रण ठेवतो, तोच विचारांमध्ये दृढता आणि स्पष्टता आणू शकतो.

तरुण देशाचे वर्तमान आणि भविष्य तर आहेतच, त्याचसोबत युवावस्था अशी अवस्था आहे, जिला आपण पृथ्वीवर कशासाठी आलो आहेत? आपल्या जीवनाचा उद्देश काय? हे पृथ्वीलक्ष्य ठाऊक असणं गरजेचं आहे. म्हणूनच तरुणांनी शक्ती कमी पडताच स्वतःमधील बळ वाढवायला हवं. कधीही शक्ती किंवा आत्मविश्वास कमी जाणवत असेल, तर श्रवण, वाचन, मनन आणि ध्यान वाढवायला हवं. विचारात दृढता आणि स्पष्टता आणावी. आत्मिक शक्ती वाढवण्यासाठी स्वतःलाच काही प्रश्न विचारावे लागतील. छोटे छोटे, परंतु स्पष्ट प्रश्न विचारायला हवेत.

पहिला प्रश्न - शरीर काय आहे

शरीर हे पृथ्वीलक्ष्य पूर्ण करण्याचे एक माध्यम आहे. उदाहरणार्थ, हार्मोनियम शिकायचा, अशी तुमची तीव्र इच्छा आहे. मग तुम्ही एखाद्या शेजाऱ्याकडून, मित्राकडून किंवा परिचिताकडून हार्मोनियम आणता. हार्मोनियमचा मालक सांगतो, 'हार्मोनियम ब्रँडेड नाही, चांगला वाजतो, पण मध्ये-मध्ये तो थोडा हलतो.' पण तुम्ही म्हणता, 'काही हरकत नाही, मला वाजवण्याशी, अभ्यासाशी कर्तव्य आहे.' जेव्हा तुम्ही हार्मोनियम वाजवता, तेव्हा तो मध्ये-मध्ये हलतो; परंतु तुमचं लक्ष वाजवण्याकडे, शिकण्याकडेच असतं.

आपलं शरीरसुद्धा हार्मोनियमप्रमाणेच आहे. त्याद्वारे आपण विचारांची अभिव्यक्ती करतो, संगीताचा आनंद घेतो आणि इतरांनाही देतो. हा आनंद अधूनमधून मनात निर्माण झालेल्या भावनांमुळे कंपितही होतो. अशावेळी आपण काय करतो? ज्याप्रमाणे हार्मोनियमच्या कंपित होण्याने आपण वाजवणं थांबवत नाही, त्याचप्रमाणे भावनांचं येणं-जाणं किंवा कंपनांमुळेही आपण विचलित होता कामा नये, आपण

आपला अभ्यास सुरूच ठेवावा. याच दृष्टिकोनातून आपण शरीराकडे पाहायला हवं.

दुसरा प्रश्न - मन काय आहे

शरीराचं प्रत्येक अंग जसं महत्त्वाचं आहे, तसंच मनाचंही महत्त्व आहे. परंतु मन शुद्ध आणि पवित्र असणं जास्त महत्त्वाचं आहे. कारण शरीर आणि मन यांची घनिष्ट मैत्री असते.

जन्माच्यावेळी ते सुमन असतं. सुमन म्हणजे चांगलं, पवित्र, स्वच्छ, शुद्ध आणि शीतल अग्नीसमान. शीतल अग्नीचा अर्थ आहे, ज्यात इंधन टाकल्यावर धूर निघत नाही. इंधन म्हणजे आपल्या इंद्रियांनी घेतलेले अनुभव. बालपणातले अनुभव शुद्ध आणि सात्त्विक असतात. ते ईर्षा, क्रोध, घृणा इत्यादी दुष्प्रवृत्तींपासून मुक्त असल्याने त्यावेळी मन सुमन असतं.

जसजसं आपण मोठे होतो, तसतसं हेच सुमन कुमन बनतं. कुमन म्हणजे वाईट मन, तुलनात्मक मन. जे प्रत्येक गोष्टीत चांगलं-वाईट अशी तुलना करतं. कल्लूमन म्हणजे 'काल'मध्ये जगणारं मन, जे काल काय झालं आणि का झालं, उद्या काय होईल, याविषयीच विचार करत राहतं. परंतु, भावनिक बुद्धिमत्तेच्या साहाय्याने आपल्याला याचं शमन करायचं आहे. याचाच अर्थ, क्षमेने स्वच्छ केलेलं निर्मळ आणि पवित्र मन. राग-द्वेष, क्रोध-ईर्षा इत्यादी दुष्प्रवृत्तींपासून मुक्त असलेलं मन.

मन आणि बुद्धीला जाणण्यापेक्षा विचार करणं जास्त आवडतं. कारण जी भावना जाणवत असते ती चांगली नसते. म्हणून बुद्धीच्या साहाय्याने गोष्टी रचणं त्यांना अधिक आवडतं. उदाहरणार्थ, अमुक मनुष्य जाणीवपूर्वक असा वागतो, माझा द्वेष करतो, स्वतःला अतिशहाणा समजतो. पण, प्रत्यक्षात तो तसं समजतो किंवा नाही, या सर्व मान्यकथा, मानलेल्या गोष्टी आहेत. असा विचार करण्याऐवजी स्वतःला सांगा, 'आता मी भावनात्मकदृष्ट्या परिपक्व बनत आहे, त्यामुळे मी स्वतःला दुःखी करणार नाही आणि अशा मान्यकथाही बनवणार नाही.'

कोणी म्हणतं, 'मी अमक्याला पंखा सुरू करायला सांगितला, परंतु त्याने केलाच नाही. तो किती बेजबाबदार, बेपर्वा आहे, मी त्याला आवडतच नाही.' परंतु त्या माणसाच्या हे लक्षात येतच नाही, की पंखा सुरू न करण्याची दहा कारणं असू शकतील. तो जेव्हा त्याच्याशी संवाद साधेल, तेव्हा समजेल, की त्याने ऐकलंच नव्हतं किंवा दुसरंच काहीतरी सुरू करून गेला. कारण त्याला वाटलं तेच सुरू करायचं आहे.

त्याने पंखा का सुरू केला नाही, कारण केला नाही. आता सुरू केला, कारण केला. इतकं सहज, सरळ होतं हे सारं. त्यात ना कोणती कथा आहे, ना कारण. मात्र मनाला वाटतं, आता त्याला त्याच्या चुकीची जाणीव झाली. त्याला अपराधीपणा वाटला, त्याला गरम होऊ लागलं म्हणून पंख्याची गरज भासली. तो नेहमी असंच करतो, आधी करत नाही, नंतर काम करतो. मला चिडवतो. या सर्व बडबडीमुळे भावनांवर कोणता परिणाम झाला? त्यामुळे मुक्तपणे जगणं, हसणं राहून गेलं.

त्या व्यक्तीने काम केलं नाही, कारण केलं नाही. नंतर केलं, कारण नंतर केलं. हेच मुख्य कारण आहे. इतर दुसरं कोणतंही कारण नाही. उगाच अर्थ काढत राहणार नसाल, तर आनंदी राहाल. अर्थ लावायचेच असतील, तर जगात बऱ्याच अर्थपूर्ण गोष्टी आहेत; त्यांचे अर्थ लावा. त्यातून तुम्हाला मजा वाटेल. ईश्वराची स्तुती करा, त्यातूनही आनंद मिळेल. अर्थच लावायचे असतील तर किमान असे अर्थ तरी लावू नका, ज्यामुळे तुम्ही स्वतः दुःखी व्हाल. असे विचार करणे म्हणजेच मनाची परिपक्वता आहे.

सुमन कुमन केव्हा आणि का होतं

शीतल अग्नीत जेव्हा आपली इंद्रियं चुकीचं इंधन टाकतात आणि धूर निघतो तेव्हा सुमन कुमन बनतं. डोळे, कान, नाक, जीभ आणि त्वचा जेव्हा चुकीचे अनुभव मनापर्यंत पोहोचवतात, तेव्हा या इंद्रियांना आजूबाजूच्या वातावरणातून चुकीचं इंधन मिळतं. हे चुकीचं इंधन चुकीच्या धारणा, अज्ञान आणि अंधविश्वास यांतून मिळतं आणि त्यांपासून धूरच निघतो.

उदाहरणार्थ, एखादा मुलगा ऐकतो, 'मांजर आडवी गेली तर काम यशस्वी होणार नाही... तळहाताला खाज सुटली तर पैसे येतील... पापणी फडफडली तर काहीतरी वाईट बातमी मिळेलं...' आधी मुलाला काहीही माहीत नव्हतं, तो शुद्ध होता. मात्र, याच गोष्टी ऐकत ऐकत तो मोठा होतो. अशाच चुकीच्या धारणा एक एक करून त्याच्या मनात साठतात. या गोष्टी अनेक माध्यमांतून त्याच्यापर्यंत पोहोचतात. जसं, मित्र, शिक्षक, समाज, पोस्टर्स, प्रोड्यूसर, चित्रपट, राजकारण इत्यादी. परिणामी, सुमन मन कुमन बनत जातं आणि त्यातून धूर निघू लागतो.

धूर म्हणजे आपल्या वृत्ती, विकार, ज्यांमुळे व्यसन आणि वाईट सवयी लागतात, मनाभोवती दाट धुक्याचं सावट तयार होतं.

आपण हे चुकीचं इंधन आत जाण्यापासून रोखायला शिकायचं आहे. ध्यानावस्थेत आपण आपली सर्व इंद्रियं बंद करतो, तेव्हा कोणतंही इंधन आत प्रवेश करत नाही. पण इतर वेळी मात्र असं होत नाही. सर्व इंद्रियांकडून चुकीचं इंधन आत गेल्याने तिथं धूर आणि दाट धुकं साठतं, त्यामुळे काहीही दिसत नाही. अशा वेळी विकारांची धुंद दूर करणं आवश्यक आहे. ती दूर केल्यानंतरच आपलं ध्येय स्पष्ट दिसू लागतं.

बहुतेक सर्व लोकांनी नकळत एकच ध्येय ठरवलं आहे. इंद्रियपिपासू लक्ष्य म्हणजेच इंद्रियांची तहान भागवणारं ध्येय. त्याचं छोटं रूप आहे, आय.पी.एल. माणसाने आय.पी.एल.ला फक्त ध्येयच बनवलेलं नसून, तो सातत्याने त्यातच जगतोय. हेच धूर होण्याचं प्रमुख कारण आहे, 'सुमन' 'कुमन' होण्यामागील कारण. जोपर्यंत हा धूर नाहीसा होणार नाही, तोपर्यत 'पृथ्वीलक्ष्य' दृष्टिक्षेपात येणार नाही.

यासाठी दररोज १० ते १५ मिनिटं ध्यान करायला हवं. दर वर्षी एक एक मिनिटाने ते वाढवायला हवं. सुरुवातीला ध्यान साधणार नाही. काहीच होत नाही असंही वाटेल. तरीही ध्यान करत राहिलात, तर ध्यानाचे परिणाम जाणवायला लागतील, धुकं निवळत जाईल आणि मन कसं असतं हेही समजेल.

तिसरा प्रश्न - सेल्फ म्हणजेच 'स्व' काय आहे

आपल्याला चित्रपटात आग, समुद्र, वादळ वगैरे दिसतं; पण त्यामुळे पडदा जळत नाही, तो ओला होत नाही किंवा वादळाने उद्ध्वस्तही होत नाही. असाच पडदा आपल्या अंतरंगातही आहे. त्याला कोणत्याही विकाराचा स्पर्श होऊ शकत नाही. मनाचे सर्व खेळ, धूर, आग सर्व काही त्या पडद्यावरच सुरू आहे; परंतु त्याला काहीही फरक पडत नाही. तोच 'सेल्फ' म्हणजेच 'स्व' आहे, त्यालाच 'आत्मानुभूती' किंवा 'स्वानुभव' असंही म्हणतात.

या अवस्थेत पोहोचल्यावर आपण केवळ दुःखातूनच नव्हे, तर जो दुःखी आहे त्यापासूनही मुक्त व्हाल.

अध्याय ७

दुःखद भावनांचं दर्शन
संपूर्ण सृष्टी तुमच्यासोबत आहे

बरेच लोक दुःखही रांगेत उभं राहून खरेदी करतात. म्हणजेच कारण नसताना उगाचच दुःखी होत राहतात. स्वतःहून दुःखाला आमंत्रण देतात. समजा, एखादा चित्रपट केवळ टॅक्स फ्रीच नव्हे, तर पूर्णपणे मोफत आहे आणि तुम्ही मात्र ब्लॅकने तिकीट घेऊन तो पाहताय. याचाच अर्थ, तुमच्यात अज्ञान आणि बेहोशी आहे. अज्ञानात लोक दुःख कवटाळून बसतात. 'मी कोण आहे?' हेच ते विसरतात. मी 'स्व' आहे, 'सेल्फ' आहे, म्हणजेच चित्रपटाचा पडदा आहे, ज्यावर पात्रांच्या कोणत्याही भावनांचा परिणाम होत नाही, याचा त्यांना विसर पडतो. या भावनांचा केवळ शरीरावर आणि मनावर परिणाम होतो.

ही स्थिती म्हणजे जणू एखाद्याने आयुष्यभर

दोरीला साप समजत जीवन व्यतीत करण्यासारखंच आहे. मात्र, ज्याला हा साप नसून दोरी आहे, या गोष्टीचं ज्ञान झालं, त्याला दुःख आणि दुःखी या दोहोंतून मुक्ती मिळते, असं समजा. ही मुक्ती 'सेल्फ'चं ज्ञान (स्वबोध) झाल्यावर मिळेल. ज्याप्रमाणे चित्रपटाच्या पडद्यावर खेळ सुरू असताना, त्याचा परिणाम पडद्यावर होत नाही, त्याप्रमाणेच 'स्व' म्हणजेच 'सेल्फ'वर दुःख आणि कष्ट यांचा कोणताही प्रभाव पडत नाही.

मनात विविध भावना निर्माण होणं स्वाभाविक आहे. पण, त्या मनात साठून राहणं हा रोग आहे. हळूहळू या भावना मनात घर करून बसतात आणि संधी मिळताच डोकं बाहेर काढून दुःख निर्माण करतात. ही बाब अतिशय धोकादायक आहे.

जीवनात प्रत्येक बाबतीतला पहिला अनुभव हा आपला ठसा उमटवतो. पहिल्यांदा कोणत्याही घटनेचा सामना करावा लागतो, तेव्हा तिचा परिणाम खोलवर होतो. उदाहरणार्थ, एखादा प्रथमच मुलाखतीसाठी गेल्यावर त्याला विचारलेल्या कठीण प्रश्नांमुळे जर यश मिळालं नाही, तर आता त्याच्या मनात कायम मुलाखतीच्या भीतीची भावना घर करून बसेल. 'आता मी मुलाखत देऊ शकेन की नाही? मला कोणते प्रश्न विचारले जातील?' असाच विचार पुढे दरवेळी तो करेल.

समजा, तुम्हाला एका अपरात्री तुमच्या एखाद्या नातेवाइकाला हॉस्पिटलमध्ये ॲडमीट केल्याचा किंवा कुणाचा मृत्यू झाल्याचा फोन आला असेल, तर त्या दिवसानंतर कधीही रात्री उशिरा फोन आल्यावर तुमचं मन थबकतं, श्वास रोखला जातो, सुप्त भावना पुन्हा समोर येते. असा अनुभव खूप लोकांना आलेला असेल. याचा अर्थ, जो पहिला अनुभव आला, त्याचं रेकॉर्डिंग झालेलं असल्याने ती भीती मनात घर करून बसते.

दुधाने पोळल्यावर मनुष्य ताकही फुंकून पितो, हे सर्वांना ठाऊकच आहे. कारण त्या चटक्यांची भीती मेंदूत घर करून बसलेली असते. घटनांची पुनरावृत्ती झाली, की भावनांच्या या गाठी अचानक सुटतात आणि होतो... भावनिकदृष्ट्या हल्ला. वास्तविक कोणतीही लहान-मोठी घटना घडल्यावर नव्या आणि जुन्या घटना जेव्हा एकत्रितपणे हल्ला करतात, तेव्हा निराशेचं सत्र सुरू होतं. अशा वेळी कधीकधी स्वतःलासुद्धा प्रश्न पडतो, की आपण एवढ्या क्षुल्लक गोष्टीमुळे दुःखी का होतोय? इतकी चिडचिड का करतोय?

प्रत्यक्षात दुःखाचं आणि चिडचिड होण्याचं कारण ती एक घटनाच नाही. कारण आहे, अंतर्मनातल्या इतर गोष्टींचं गाठोडं उकललं जाणं. अर्थात, जुन्या भावना पुन्हा

जागृत होणं. नव्या आणि जुन्या भावना मिळून दुःख निर्माण होतं.

भावना अनेक प्रकारच्या असल्या, तरी त्यांचे मुख्यतः दोन प्रकार असतात. एक म्हणजे लहान-सहान भावना. जसं, एखाद्याने म्हणावं, माझ्याशी बोलू नका किंवा माझ्याशी असं रागावून बोलू नका किंवा टॉक टू माय हँड. यांसारख्या गोष्टी एवढ्या मोठ्या नाहीत, की त्यामुळे मानसिक संतुलन बिघडावं. या आहेत लहान-सहान भावना म्हणजे इमोशन्स. वास्तविक ही काही इतकी मोठी गोष्ट नव्हती, तरीही मग क्रोध आलाच कसा? कारण अशाच प्रकारचे काही अनुभव भूतकाळातही आलेले होते. या घटनेने जुन्या गाठी उकलतात इतकंच!

काही इमोशन्स मात्र खऱ्या नसतात, तर त्या असतात, भ्रामक भावना. जसं, दोरी पाहून साप असल्याचा भास होणं. कारण सापाविषयी आधीच मनात भीती बसलेली असल्याने दोरीचं रंगरूप सापासारखंच दिसतं. समजा, अंधारात उशी उचलली आणि तिच्याखाली दोरी होती. बस्स... तुम्ही घाबरलात आणि जोरात किंचाळी फोडली, घामाघूम झालात, हृदयाचे ठोकेही वाढले; पण हे वास्तव होतं का? नाही. या आहेत भ्रामक भावना, खोट्या इमोशन्स!

मनात कधीही भावनांचा आवेग आला, तर त्यात वाहवत जाऊ नका, त्यांचं स्वागत करू नका, असाच बोध या प्रकारच्या भावनांमधून मिळतो. मनात साठलेल्या धारणांना आपण सत्य समजलो, तर अशी चूक होते. त्यांना आपण फक्त सत्यच नव्हे, तर ब्रह्मसत्य मानतो. जसं, 'अमका तर माझं ऐकतच नाही... माझं म्हणणं मान्य करत नाही... माझ्याकडे लक्षच देत नाही... कुणीही मला मदत करत नाही... सहकार्य करत नाही...' वगैरे. काही लोक जर तुम्हाला सहकार्य करत नसतील, तर तुमचं तेवढंच जग आहे का? जीवन विविध प्रकारच्या लोकांशी आणि परिस्थितीशी जोडलेलं असतं. वातावरण आणि निसर्गही प्रत्येक पावलावर तुम्हाला सहकार्य करत असतो. परंतु आपण तिकडे दुर्लक्ष करून तक्रार करतो, की कुणी मला सहकार्य करत नाही. आपण श्वास घेतो, तेव्हा आपल्याला ऑक्सिजन कुठून मिळतो? झाडं आपल्याला सहकार्य करत नाहीत का? ज्या जमिनीवरून आपण चालतो, ती आपल्याला सहकार्य करत नाही का? तरीदेखील विचार येतो, की मला कुणीही मदत करत नाही. आता तुम्ही हे पुस्तक वाचू शकत आहात. या कार्यात कितीतरी बाबी तुम्हाला सहकार्य करत आहेत. उदाहरणार्थ, खुर्ची, चष्मा, तुमचे डोळे, हात, प्रकाश इत्यादी.

वास्तव हेच आहे, की संपूर्ण सृष्टी आपल्याला मदत करतेय; प्रत्येक पावलावर,

दर क्षणी, श्वासागणिक मदत सुरू आहे. मात्र, आपण त्याकडे लक्षच देत नाही. आपण आपल्या नकारात्मक भावना गोंजारण्यातच इतके मग्न असतो, की पदोपदी मिळणाऱ्या सहकार्याचं मूल्य ध्यानी येत नाही. अशा वेळी आपल्या दुःखद भावनांचा साक्षात्कार करून, त्यांना समजून घेऊन, त्या योग्य भावनेसह मुक्त करणं आवश्यक आहे. कसं, ते आता आपण पाहू या.

असं समजा, दुःखद भावना बेरंग आहेत. आता या रंगहीन भावनांमध्ये आपल्या आवडीचा रंग मिसळा आणि ज्या ठिकाणी भावना जाणवत आहेत, त्या ठिकाणी लक्ष केंद्रित करा (उदाहरणार्थ, छातीत). असं केल्यामुळे त्या जागी आनंदाची भावना किंवा न्यूट्रल (तटस्थ) भावना जाणवू लागेल. याचा प्रत्यक्ष एक प्रयोग करून पाहा. त्याआधी या प्रयोगासंबंधी दिलेल्या सूचना पूर्णपणे वाचा.

१. डोळे बंद करून कोणत्याही एका सुलभ आसनात बसा.

२. आता दुःखद भावना तुम्हाला शरीरातील कोणत्या भागात जाणवतात ते शोधा.

३. ते स्थान सापडलं, की त्या ठिकाणी तुमचा आवडता रंग मनःचक्षूने (कल्पनेद्वारे) पाहा. तुम्ही तुमच्या रंगहीन भावनांमध्ये आवडीचा रंग मिसळला आहे आणि त्या मिक्सरमधून फिरवल्या आहेत, हे पाहा.

४. तुमच्या रंगहीन आणि दुःखद भावना कशा रंगीत होत आहेत, ते पाहा. जसजशा दुःखद भावना मिक्सरमध्ये घुसळल्या जातील, तसतसं सर्व दुःख बाहेर पडेल आणि तुम्ही आनंदाच्या (सकारात्मक) रंगात रंगत जाल.

५. भावनांवर आनंदाचा रंग चढल्यावर चमत्कार बघा, दुःखद भावनांची शक्ती कशी आपोआप नष्ट होत आहे आणि तुम्ही नकारात्मकतेकडून सकारात्मकतेकडे कसे येत आहात.

ज्या ज्या वेळी दुःखद भावना घेरल्या जातील, तेव्हा हा प्रयोग अवश्य करा. तुम्हाला स्वतःसाठी हे करायचं आहे, जेणेकरून तुम्ही प्रत्येक दुःखातून मुक्त व्हाल. शिवाय, इतर बऱ्याच गोष्टी बोनस स्वरूपात मिळतीलच. बस्स... मला स्वतःला आनंदी ठेवायचं आहे, हा निश्चय करा. आनंदाची भावना तुमच्यासाठी चुंबकाचं काम करेल आणि उत्कृष्ट गोष्टी तुमच्याकडे आकर्षित होतील.

घटनांच्या दुःखातून मुक्ती
संवेदनशीलतेला जोडा - प्रज्ञा

ज्या भावना घटनांशी जोडल्या जातात, त्या दुःख निर्माण करतात. त्यांच्यापासून मुक्ती मिळवणं सुलभ आहे. यासाठी मन त्या घटना कशा रीतीने व्यक्त करतं, हे समजणं आवश्यक आहे. माणसाची चेतना जशी असेल, तिला अनुसरूनच त्याचं मन घटनांना व्यक्त करतं. तो त्यांना सत्य मानून दुःखी होतो किंवा सुखी. माणसाला मनाचं हे नाटक लक्षात आलं, तर दुःख नष्ट होतं. ही समज बाळगून पुढील गोष्टी लक्षात घ्या, तसंच मननही करत राहा. कारण जितकं मनन होईल तितकी स्पष्टता वाढेल. स्पष्टता वाढल्यामुळे आनंदही वाढतो. मग तुम्ही जीवन दुःखी होईल, अशा कोणत्याही गोष्टींना जास्त महत्त्व देणार नाही.

मनुष्य घटनांविषयी आसक्त बनून दुःखी होतो

आणि दुःखाने भावूक बनतो. म्हणूनच तुम्ही दुःखी असाल, तर ती एक सामान्य बाब आहे, असं समजा. दुःखात असणं समस्या नाही. वास्तविक समस्या तेव्हाच निर्माण होते, जेव्हा आपण दुःखाचा एक भाग स्वतःजवळ ठेवून घेतो; म्हणजेच त्याच्याशी संलग्न होतो, त्याविषयीच विचार करत राहतो. याऐवजी दुःखाच्या कारणाचा शोध घेऊन त्यावर उपाय शोधण्याचा प्रयत्न करायला हवा.

एका उदाहरणावरून हे समजून घेऊ या. आपण एखादा चित्रपट पाहतो तेव्हा तो आपल्या डोळ्यांसमोर पडद्यावर सुरू असतो. मात्र त्यावेळी आपल्याला चांगल्या प्रकारे ठाऊक असतं, की आपण त्या चित्रपटापासून अलिप्त आहोत. पण, आपण त्या पडद्याचा एक भाग कापून स्वतःकडे ठेवून घेतला, तर त्या चित्रपटाशी संलग्न आहोत, असं आपल्याला वाटेल. तो पुन्हा पडद्याला जोडताच आपण चित्रपटापासून वेगळे असल्याची जाणीव होईल. दुःख किंवा समस्येच्या बाबतीतही अगदी असंच होतं. आपण विचार करतो, हे दुःख किंवा ही समस्या मलाच का आहे? हा विचारही तशाच प्रकारचा आहे, जणू चित्रपटाच्या पडद्याचा तुकडा कापून आपण स्वतःकडे ठेवत आहोत. या विचारातून मुक्त होताच आपण दुःखाकडे अलिप्तपणे पाहू शकतो. तुम्हालादेखील असंच करायचं आहे. तुमचं दुःख, तुमच्या समस्या एखाद्या चित्रपटाप्रमाणे समोरच्या पडद्यावर सुरू असल्यासारखं त्यांकडे पाहा. याला म्हणतात, '**समस्यांना, दुःखांना बॅकग्राउंडमध्ये (स्वतःपासून दूर) नेणं.**' यामुळे आपलं दुःख आणि समस्या यांचं आपल्याला पूर्णतः दर्शन होतं. असं केल्याने समस्येवरील उपाय सुचतो आणि स्वतः दुःखातून मुक्त असल्याचं जाणवू लागतं.

आता दुःख किंवा समस्या येताच, तुम्हाला ती बॅकग्राउंडमध्ये न्यायची आहे आणि स्वतःला त्या बॅकग्राउंडपासून अलिप्त ठेवायचं आहे. असं करून तुम्ही तुमचं दुःख खिशात ठेवण्याऐवजी त्याला योग्य जागेवर पोहोचवलं. आता शक्य झाल्यास त्या दुःखावर उपाययोजना करून ते दूर करा.

तुम्ही जेव्हा असं करू शकाल, तेव्हा स्वतः मुक्त असल्याचं जाणवेल आणि तुम्ही शरीराशी जोडलेल्या दुःखद भावनांपासून अलिप्त होऊ शकाल.

इतरांचं दुःख आणि तुमची प्रज्ञा

बरेच लोक समोरच्या व्यक्तीचं दुःख पाहून स्वतः दुःखी होतात. या दुःखद भावनेतून बाहेर पडणं त्यांना अशक्य होतं, परंतु हे शक्य आहे.

इतरांचं दुःख पाहून तुम्ही दुःखी होऊ नये, असं जर तुम्हाला वाटत असेल, तर हा विचार योग्यच आहे. वास्तविक असंच व्हायला हवं. इतरांना दुःखी पाहून जर आपल्याला दुःख होत असेल, तर ती आपली संवेदनशीलता आहे. ही एक चांगली गोष्ट आहे. आपण एखाद्याच्या दुःखात दुःख आणि सुखात सुख अनुभवत असाल, तर याचा अर्थ आपण एकरूपता (वननेस) अनुभवू शकत आहात. मात्र संवेदनशीलतेला प्रज्ञेची जोड नसेल, तर समस्या निर्माण होते. कारण प्रज्ञारहित संवेदनशीलता दुःखाला कारणीभूत ठरते. जसं, उंच झेप घेण्यासाठी पक्ष्यांना दोन पंख आवश्यक असतात. तुमच्याकडे मात्र दोन पंखांपैकी एकच पंख आहे, तो म्हणजे तुमची संवेदनशीलता. प्रज्ञेचा दुसरा पंख नाही. संवेदनशीलता तुमच्यात मुळातच खूप आहे. तिच्याकडे आपण सकारात्मक रीतीने पाहायला हवं.

भावनाशील असणारे लोक या विचाराने नाराज असतात, 'मी भावनाशील असल्यामुळे मला त्रास सहन करावा लागतो, लोक मला इमोशनली ब्लॅक मेल करतात, मला भावूक बनवून माझा गैरफायदा घेतात...' वास्तविक असं होण्याचं मुख्य कारण म्हणजे त्यांच्यामध्ये प्रज्ञा (समज) नसते. प्रज्ञा नसली, तर ते उंच भरारी घेऊ शकणार नाहीत. कारण 'प्रज्ञा' हाच दुसरा पंख आहे. तुमच्यात प्रज्ञा असेल, तर कुणीही तुम्हाला भावूक बनवू शकत नाही. तुम्ही प्रज्ञावान असाल, तर दुःख तुम्हाला दुःखी करू शकत नाही. अशा वेळी आपलं दुःख इतरांचं दुःख कमी करायला साहाय्यक ठरत नाही. मात्र, आपला आनंद, उल्हास त्यांचं दुःख कमी करायला निश्चितच साहाय्यक ठरू शकतो, याची तुम्हाला जाणीव होते. समोरच्या व्यक्तीच्या शरीरात दुःख असेल आणि तुम्ही त्याच्याकडे आनंद आणि उत्साहाने लक्ष दिलं, तर त्याच्या स्थितीत सुधारणा होईल.

डॉक्टरांना पाहताच रुग्णाला दिलासा मिळतो आणि चांगलं वाटायला लागतं. डॉक्टर थोड्या वेळापूर्वी रडून, दुःखी होऊन, आजारी होऊन त्याच्याजवळ आले आहेत असं घडतं का? नाही ना? उलट ते तर रुग्णाजवळ येताच म्हणतात, काही काळजीचं कारण नाही, लवकरच ठीक व्हाल. काळजी करू नका. यानंतरच ते तपासण्या आणि उपचार सुरू करतात. डॉक्टरांची नजर रुग्णात सुधारणा घडवून आणते. कारण त्यांची उपस्थितीच अशी आहे, ज्यात आश्वासन आहे, 'ही काही फार गंभीर बाब नाही. रोग बरा होऊ शकतो. कारण तुमचा आजार बरा करणं अगदी सोपं आहे.' डॉक्टरांचं ज्ञान म्हणजे प्रज्ञा, विवेक. हीच रुग्णासाठी औषधाचं काम करते. डॉक्टर जितके ज्ञानी आणि निष्णात असतील तितक्या लवकर रुग्ण बरा होतो. 'हा काही गंभीर आजार नाही.

तुमचा आजार ठीक होईल', हे आश्वासन जेव्हा रुग्णाला डॉक्टरांच्या डोळ्यांत दिसतं, तेव्हा त्याच्यात त्वरित स्वस्थ होण्याचा विश्वास निर्माण होतो.

यासाठी आपली दृष्टी कशी आहे, ते पाहा. ती दुःखी आहे की आनंदी? तुम्हाला इतरांचं दुःख हे स्वतःचं दुःख वाटत असेल, तर त्यात काहीही वावगं नाही. कारण असे लोकच इतरांचं दुःख दूर करण्यासाठी उपाय शोधतात. मात्र, हे तेव्हाच शक्य आहे जेव्हा समोरच्या व्यक्तीचं दुःख आपल्याला बळ देतं. जर त्याचं दुःख तुम्हालाच दुःखी आणि आजारी बनवत असेल, तर मात्र तुम्हाला त्यावर आणि स्वतःवर काम करावं लागेल. आपण दुःखातही आनंदी राहण्याची कला शिकणं श्रेयस्कर राहील. तुम्ही आनंदी असता तेव्हा तुम्ही चुंबक बनता. परंतु दुःखी झालात की पितळ बनता. म्हणूनच आपली नजर अशी असावी, जी आपल्याला मॅग्नेट म्हणजे चुंबक बनवेल.

यापुढे तुम्ही कोणत्याही दुःखी व्यक्तीला भेटाल, तेव्हा त्याच्यासमोर आपली उपस्थिती सकारात्मक आणि आनंददायक असायला हवी, हे लक्षात ठेवा. अशा वेळी तुम्ही आनंदाबरोबरच स्वतःवर झालेल्या सर्व कृपासुद्धा आठवाल. मग तुमची उपस्थिती रुग्णाच्या स्वास्थ्यात सुधारणाच घडवून आणेल.

खरं म्हणजे इतरांचं दुःख स्वतः अनुभवून तुम्ही त्यांचं दुःख दूर करू इच्छिता. परंतु त्यांचं दुःख दूर करण्याच्या मार्गात तुमचं दुःखच बाधा ठरत असेल, तर अशावेळी सामान्य ज्ञान (कॉमन सेन्स) हेच सांगेल, 'आधी तुम्ही स्वतःच्या दुःखातून मुक्त व्हा.' दुःखातून मुक्त होण्यासाठी प्रथम तुम्हाला तुमच्या जीवनातील सुखद आठवणींना उजाळा द्यावा लागेल. त्यासाठी निसर्गाला धन्यवाद द्यावे लागतील. प्रत्येकाच्या जीवनात अशा आनंददायी घटना घडतात.

खरं म्हणजे आनंद तर आपल्या अंतरंगातच आहे, याचं स्मरण होताच तुम्ही त्वरित आनंदी व्हाल. मग तुम्ही समोरच्या व्यक्तींकडे आनंदानेच पाहाल. तुमच्या वाणीद्वारे असेच शब्द बाहेर पडतील, ज्यामुळे समोरच्या व्यक्तीच्या मनःस्थितीत सुधारणा होईल.

मनुष्य जेव्हा दुःखी होतो, तेव्हा नेहमीच अशी अपेक्षा बाळगतो, की आपल्या कुटुंबातील आणि जवळच्या लोकांनीसुद्धा दुःखी व्हावं. त्याशिवाय त्यांचं त्याच्यावर प्रेम आहे, याबद्दल त्याला विश्वास वाटत नाही. आपलं दुःखी होणं समोरच्या व्यक्तीसाठी एवढं महत्त्वाचं असेल, तर तुम्हाला त्याच्यासमोर दुःखाचा अभिनय करावा

लागतो, जेणेकरून त्याच्या दुःखामुळे तुम्हीसुद्धा दुःखी असल्याचं त्याला जाणवेल. मात्र, तुम्हाला त्याच्यात सुधारणा व्हावी, असं मनापासून वाटत असेल, तर तुम्ही स्वतःशी असंच म्हणाल, 'आधी मला दुःखातून बाहेर पडायचं आहे.' इतरांसाठी दुःखी होणं हा तुमचा एक पंख सशक्त आणि एक अशक्त असण्याचा संकेत आहे. म्हणूनच तुम्हाला दुसरा पंखही सशक्त करायचा आहे, जेणेकरून तुम्हाला उंच भरारी घेता येऊ शकेल. त्यानंतरच तुम्ही यशस्वी होऊ शकाल.

अध्याय ९

भावनांची अभिव्यक्ती करण्याच्या पद्धती

क्रोधात व्हावा बोध

बंदुकीतून सुटलेली गोळी आणि तोंडातून निघालेला शब्द कधीच मागे घेता येत नाही. त्याचप्रमाणे खोलवर झालेली जखम कालांतराने भरून निघते; पण शब्दांनी झालेल्या जखमा कधीच भरून येत नाहीत. यासाठी इतरांच्या भावना समजून घेऊन स्वतःच्या भावना योग्य शब्दांत कशा मांडायच्या आणि आपल्या भावनांकडे कसं पाहायचं, याचं शिक्षण काही लोकांसाठी वरदान, तर काहींसाठी महावरदान ठरतं. कारण भावनांची योग्य जाणीव असणं, हा जीवनातील आनंदाचा आधार आहे, पाया आहे.

प्रत्येक व्यक्तीचं जीवन हे भावनांच्या सागरात तरंगणाऱ्या नौकेसमान आहे. कधीकधी भावनांच्या समुद्रातील लहरी खवळलेल्या नागिणीप्रमाणे फुत्कारून

मोठ्यात मोठ्या पर्वतांना नेस्तनाबूद करतात, तर कधी मधुर संगीताप्रमाणे आपल्या हृदयात हळुवार गुंजत राहतात.

होय, याच भावना समुद्राच्या लाटांप्रमाणे माणसाच्या जीवनात थैमान माजवतात, तर कधी लहर बनून आनंदी करतात. मग या भावना आपल्याला त्यांच्या इशाऱ्यावर का नाचवतात? आपण त्यांचे गुलाम आहोत का?

वास्तविक आपल्याला काय हवंय, त्यांचं गुलाम होणं की त्यांना गुलाम बनवणं, हे आपल्यावर अवलंबून आहे. आपल्या भावनांची अभिव्यक्ती आणि इतरांच्या भावनांबद्दल आपला दृष्टिकोन कसा असावा, हे आपल्याला शिकायचं आहे.

इतरांचा क्रोध जाणा

काही चित्रपटांत दाखवलं जातं, की एक महाकाय रोबोट असतो, परंतु त्याला एक लहानसा मनुष्य चालवत असतो. तो मनुष्य संगणक हाताळतोय आणि तो रोबोट चालतोय. त्याला पाहून असं वाटतं, जणू एखादा राक्षसच चालतोय. असं दृश्य तुम्ही चित्रपटात पाहिलं असेल. अगदी अशीच अवस्था संतप्त माणसाची होते. क्रोधामुळे तो तोडफोड करत असतो, मात्र आतून भयभीत असतो. खरंतर तो आपली भीती रिलीज (मुक्त) करू इच्छित असतो.

बाहेरून दृश्य कसंही दिसत असलं, तरी जेव्हा तुम्ही स्वतःला जाणाल, समजून घ्याल, तेव्हाच इतरांनाही समजू शकाल. तुमच्यावर आई, बाबा, शेजारी, अधिकारी, सासू किंवा अन्य कोणी चिडत असताना या ज्ञानाचा उपयोग होईल. आपण स्वतःवर पुरेसं प्रेम करत असाल, तर इतरांनाही प्रेम देऊ शकाल. तुम्ही स्वतःला योग्य ते प्रेम देऊ शकता का? देऊ शकत असाल, तर इतरांनाही समजू शकाल.

एखाद्याचं बोलणं ऐकून किंवा वागणूक पाहून जेव्हा आपल्याला संताप येतो, तेव्हा आपला स्वतःवरचा ताबा सुटतो. अशा वेळी तोंडातून काहीतरी शब्द निघतात आणि लोक त्यातच अडकतात. कारण लोक केवळ शाब्दिक अर्थ पाहतात, त्यामागची भावना पाहत नाहीत.

उदाहरणार्थ, एक शिक्षिका विद्यार्थ्याला म्हणाली, 'मी विचारेन त्या प्रश्नांची पटापट उत्तरं दे.'

शिक्षिकेने विचारलं, 'भारताची राजधानी कोणती?'

मुलगा उत्तरला, 'पटापट.'

मुलाने केवळ शिक्षिकेच्या सूचनेचं पालन केलं. कारण शिक्षिकेने आधीच सांगितलं होतं, 'पटापट' उत्तर द्यायचं. अर्थात, आपण सगळेच निव्वळ शब्द पकडून, शब्दांच्या जाळ्यात (उत्तरात) गुरफटून जातो.

नात्यात वितुष्ट येण्यापासून आणि स्वतःही दुखावलं जाण्यापासून वाचण्यासाठी आपण भाव-अभिव्यक्तीची भाषा शिकणं म्हणजेच स्वतःच्या भावना कशा जाणाव्यात, हे समजून घेणं आवश्यक आहे. **'काल तुम्ही जसं वागलात आणि बोललात, त्याबद्दल मला वाईट वाटलं नाही; पण आवडलंही नाही. खरंतर यात तुमची काहीच चूक नाही.'**

ज्याने या वाक्यात किंवा या बोलण्यात दडलेली भाषा जाणली, तो बुद्धिकौशल्याबरोबरच भावनात्मक कौशल्य आणि भावनात्मक बुद्धिमत्ता कौशल्याचं रहस्य समजू शकेल.

या वाक्याचा परिणाम आपण त्याच्या वापरानंतर समजू शकतो. खरंतर आपल्याला भाव अभिव्यक्तीची भाषा शिकायला हवी. कारण अभिव्यक्ती योग्य प्रकारे झाली नाही, तर अर्थाचा अनर्थ होतो. आपल्याला कुणाच्या कोणत्या गोष्टीचं वाईट वाटलं, हे सांगणं आवश्यक आहे. परंतु नेहमी असं दिसतं, की लोक स्वतःची चूक ऐकून घ्यायला तयार नसतात. शेवटी सत्य कटू असतं ना! बस्स, तुम्ही केवळ म्हणालात, आपली अमुक एक गोष्ट खटकली, तोच मैत्रीचं रूपांतर शत्रुत्वात होतं. भाव अभिव्यक्त करावेत, परंतु त्यांची भाषा कशी असावी, हे समजणं अनिवार्य आहे.

'काल तुम्ही जसं वागलात आणि बोललात, त्याबद्दल मला वाईट वाटलं नाही; पण आवडलंही नाही. यात तुमची काहीच चूक नाही.' या वाक्यातही शब्द आहेत आणि जे क्रोधात उच्चारले जातात तेही शब्दच असतात. नाराजी त्यातही असते आणि यातूनही ती व्यक्त होते. भावनांचं संप्रेषण जरूर व्हावं; पण अशा प्रकारे व्हावं, ज्यामुळे इतरांच्या भावना उग्र होऊ नयेत.

कोणत्या भावना लोकांवर जास्त हल्ला चढवतात? कोणती भावना लोकांना त्रासदायक ठरते? हे एका सर्वेक्षणाद्वारे पाहिलं गेलं. उत्तरात पहिल्या क्रमांकावर होता क्रोध! त्यानंतर दुःख, भीती, चिंता, ईर्षा, अपराधीपणा इत्यादी भावनांच्या भरात लोक वाहवत जातात. तुम्ही जर तुमच्या भावनांच्या प्रभावाखाली येत असाल, तर तुमच्याकडून

योग्य प्रतिसाद दिला जाणार नाही. मात्र, ज्या लोकांमध्ये भावनिक बुद्धिमत्ता म्हणजेच इमोशनल इंटेलिजन्स आहे, ते कोणत्याही परिस्थितीत स्वतःला सांभाळू शकतात. त्यांच्याकडे भावनिक कौशल्य असल्यामुळे ते नेहमी संतुलित राहतात. असे लोक जीवनातील सर्व क्षेत्रांत केवळ यशस्वीच होत नाहीत, तर ते यश टिकवूनही ठेवतात. जीवनात यश मिळवण्यापेक्षाही ते टिकवून ठेवणं जास्त कठीण आहे. मनुष्याने भावनिक बुद्धिमत्ता समजून घेऊन ती अमलात आणली, तरच हे शक्य आहे.

कोणत्याही क्षेत्रात यश मिळवणं आणि ते टिकवून ठेवणं किंवा टिकून राहणं या भिन्न बाबी आहेत. यासाठी भावनिक बुद्धिमत्ता आवश्यक असते. यामुळेच आपण यशोशिखरावर पोहोचून टिकून राहू शकतो. लोक आपली बुद्धिमत्ता वाढवण्यासाठी विविध प्रकारचं प्रशिक्षण घेतात, औषधं घेतात, विविध कार्यशाळा आणि सेमिनारमध्ये सहभागी होतात. हजारो रुपये आणि कितीतरी वेळ त्यासाठी खर्च करतात. या सर्वांमध्ये गरज असते ती म्हणजे आपलं म्हणणं योग्य पद्धतीने मांडण्याची.

भावना व्यक्त करण्याच्या पद्धती

पहिली पद्धत, काही लोक स्ट्रेट फॉरवर्ड (स्पष्ट वक्ता) असतात. असे लोक इतरांवर चिडतात, ओरडतात. त्यामुळे त्यांची क्रोधाची भावना मुक्त होते. पण, ती समोरच्या व्यक्तीच्या दुःखाला आणि त्रासाला कारणीभूत ठरते.

दुसऱ्या प्रकारातील लोक स्ट्रेस इनवर्ड असतात. म्हणजेच आपला सर्व तणाव आतच दाबून ठेवतात. बाहेर बोलू शकत नाहीत. स्ट्रेट फॉरवर्ड आणि स्ट्रेस इनवर्ड दोन्ही प्रकारचे लोक आजारी पडतात. स्ट्रेट फॉरवर्ड लोकांचे नातेसंबंध आजारी (कमकुवत) असतात आणि स्ट्रेस इनवर्ड लोकांचं शरीर आजारी पडतं.

काही लोक बोलून किंवा शिव्या देऊन आपला ताण नाहीसा करतात, तर काही त्याचं दमन करून. एका शिक्षकाने मुलाला विचारलं, 'शिवी कशाला म्हणतात?' मुलगा उत्तरला, 'शिवी म्हणजे असे अशुद्ध शब्द, ज्यांच्या उच्चारणाने मनाला शांती मिळते.'

सांगण्याचं तात्पर्य, शिवी देणाराला तर शांती मिळते, पण ऐकणाराचं काय? अशा व्यक्तींचे संबंध बिघडतात. एखादी व्यक्ती क्रोध करते तेव्हा वास्तविक ती आतून घाबरलेली असते. क्रोध आपल्या भावना लपवण्याचा मुखवटा आहे. सध्या लोकांवर सर्वाधिक भावनिक आक्रमण होत आहे, ते क्रोधाचं! क्रोध हा तर बाह्य मुखवटा आहे,

त्याच्या मागे आहे दुर्बलता, लाचारी, इच्छेत बाधा (लोभ) आणि अहंकार!

संवादाने करा वास्तवाचा सामना

क्रोध अशी एक भावना आहे, जी इतरांबरोबरच स्वतःचंही नुकसान करते. मनुष्य एखादं सत्य लपवण्यासाठी संताप व्यक्त करतो. उदाहरणार्थ, एक मुलगा त्याच्या वडिलांकडे नवी बॅग आणि नव्या बुटांची मागणी करतो. महिनाअखेर असल्यामुळे वडील त्याची इच्छा पूर्ण करू शकत नाहीत. मग ते संतापून मुलाला गप्प करतात. वास्तविक त्यावेळी खर्च करण्याची त्यांची ऐपत नसते, ही त्यांची असहायता आहे. परंतु, मुलाला वस्तुस्थिती सांगायची त्यांना हिम्मत होत नाही. खरं सांगणं त्यांना लाजिरवाणं वाटतं. ही अगतिकतेची भावना वाईट आहे असं समजून, ते ती क्रोधाआड लपवतात. हे अतिशय चुकीचं आहे. असं करून त्यांनी असहायतेपेक्षा क्रोधाला अधिक महत्त्व दिलं. कारण लोक क्रोधाकडे नकारात्मक रूपात पाहत नाहीत.

सामान्यपणे असा समज आहे, की क्रोध व्यक्त करणारा शक्तिशाली आणि असहायता व्यक्त करणारा दुर्बल असतो. लोकांनी आपल्याला दुर्बल समजावं, असं कुणालाही वाटत नसतं. म्हणूनच लोक त्यांची असहायता क्रोधाचा पडदा टाकून लपवतात. अशा वेळी मनुष्याने प्रामाणिकपणे मनन करायला हवं, की मी क्रोध करतो तेव्हा माझ्या आत नेमकं काय होतं? वास्तविक मी जे लपवतोय ते आत साठवतोय आणि ही नकारात्मकता माझ्या शरीराला पोखरत आहे. अशा वेळी योग्य काय? अशाप्रकारे खरं बोलणं, स्वतःशी प्रामाणिकपणे संवाद साधणं, कुटुंबातील सदस्यांशी निष्कपट वागणं, सत्याचा सामना करणं... म्हणजेच आपल्या भावना ओळखून त्यांना योग्य दिशा देणं होय. असं केलं तरच मनुष्य शारीरिक स्वास्थ्य प्राप्त करू शकतो. याउलट क्रोध व्यक्त करणं किंवा गिळून टाकणं दोन्ही अयोग्य आहे. आपल्याला 'स्ट्रेट फॉरवर्ड आणि स्ट्रेस इनवर्ड' दोन्हींतून मुक्त व्हायचंय आणि 'इमोशनलेस कम्युनिकेशन' आत्मसात करायचं आहे.

इमोशनलेस कम्युनिकेशन म्हणजे भावनेच्या भरात वाहवत न जाता दुसऱ्याशी संवाद साधणं.

वास्तविक संवादाचं क्षेत्र खूप विशाल आहे. संवादात उद्भवणाऱ्या समस्या बऱ्याच वेळा केवळ लोकांनी त्याबरोबर आपल्या भावना जोडल्यामुळे निर्माण झालेल्या असतात. त्यामुळे त्यांना नेमकं काय म्हणायचं आहे, हेच समोरच्या व्यक्तीला कळत

नाही. इमोशनलेस कम्युनिकेशन ही गोष्ट एका उदाहरणावरून समजू या.

समजा, तुम्ही एखाद्याला सांगत आहात, 'अमुक एक वस्तू इथे ठेवायला पाहिजे होती, परंतु तू तिकडे ठेवलीस.' खरंतर हा अतिशय सरळ आणि स्पष्ट संवाद आहे. यात कोणत्याही भावनेचा समावेश नाही. ही वस्तू ठेवायला कोणती जागा योग्य आहे, एवढंच सांगितलं गेलंय. मात्र, या संवादात भावना जोडल्या गेल्या, तर तो असा होईल, 'अमुक वस्तू या ठिकाणी ठेवल्यामुळे किती नुकसान झालं, याचा तुला अंदाज तरी आहे का?'

आपण कथा (काल्पनिक अर्थाने) तयार केली की भावना जोडल्या जातात आणि ती कथा सक्रिय होते. अन्यथा, संवाद सरळच असतो. याच गोष्टी समोरासमोर बोलण्याऐवजी ई-मेलद्वारे सांगितल्या असत्या, तर त्या भावनाशील होण्याची शक्यता कमी झाली असती. मात्र, आपण एखाद्याला काही सांगत असतो, तेव्हा आवाजाचा विशिष्ट टोन (सूर) असतो, ज्यामुळे त्यात भावनांचा समावेश असतो. तुम्हाला केवळ या टोनकडे थोडं लक्ष द्यायचं आहे. इतरांना जे काही सांगायचंय, ते भावनाशील न होता सांगायचंय, हे नेहमी लक्षात ठेवायचं आहे.

मग तुम्ही थोडक्यात सांगाल, 'अमुक वस्तू या ठिकाणी तिच्या जागेवरच असायला पाहिजे, इथे ठेवल्यानेच ती प्रत्येकाला सहजपणे सापडते.' परंतु तुम्ही जर म्हणालात, 'अमुक वस्तू या ठिकाणी ठेवल्यामुळे किती नुकसान झालं, किती वेळ वाया गेला, किती कामं रखडली.' याचा अर्थ तुम्ही तुमची कथा (काल्पनिक) सांगत आहात.

याप्रमाणेच अजून एक कथा असते, जी सामान्यतः बरेच लोक तयार करतात, 'अमुक वस्तू या ठिकाणी ठेवून तू किती बेजबाबदार आहेस, हे सिद्ध केलंय.' आता ती व्यक्ती खरंच बेजबाबदार आहे, की ती तुमचा आरसा बनतेय, ही वेगळी गोष्ट आहे. मात्र, तुम्हाला हे निश्चितपणे समजायला हवं, की ही माझी कथा आहे, माझ्या भावना आहेत. त्यानंतर तुम्ही भावनाशील न होता तुमची गोष्ट सांगाल. हेच 'इमोशनलेस कम्युनिकेशन' आहे.

तुम्ही हे कम्युनिकेशन शिकलात तर तुमचं भावनेच्या भरात वाहणं बंद होईल आणि तुम्ही भावनात्मकदृष्ट्या परिपक्व मनुष्य म्हणून ओळखले जाल.

अध्याय १०

अस्वाभाविक भावनांचा सामना कसा करावा

इमोशन आणि फीलिंग यांमधील भेद जाणा

आपल्या सर्वांमध्ये भावना असतात. ज्यांना आपण घाबरतो, त्या अनैच्छिक किंवा अस्वाभाविक भावना असतात. काही उदाहरणांवरून हे समजून घेऊ या.

१. समजा, बऱ्याच दिवसांपासून तुम्ही विविध कामांमध्ये व्यग्र आहात आणि अचानक एके दिवशी तुम्हाला कोणतंच काम नाही, अशा वेळी तुम्हाला कसं वाटेल?

२. एके दिवशी अचानक तुम्हाला नोकरीवरून काढून टाकण्यात आलं. तुम्ही घरी पोहोचलात आणि घर पाहुण्यांनी भरलेलं आहे, अशा वेळी तुम्हाला कसं वाटेल?

३. तुम्ही तुमच्या कंपनीत खूप काम केलं आणि त्याचं सारं श्रेय तुमच्याऐवजी तुमच्या

सहकाऱ्याला दिलं. तुमची कुणीही प्रशंसा केली नाही. अशा वेळी तुम्हाला कसं वाटेल?

४. एखाद्या रविवारी निवांत वेळी तुम्ही घरी एकटेच शांत बसलेले आहात. तुम्हाला अचानक एक जुनी गोष्ट आठवते. अशा वेळी तुम्हाला कसं वाटेल?

५. तुम्ही एक मीटिंग आयोजित करता आणि त्या मीटिंगला कुणीही उपस्थित राहत नाही. अशा वेळी तुम्हाला कसं वाटेल?

६. एखादा असा प्रोजेक्ट, ज्यावर तुमच्या खूप आशा-आकांक्षा अवलंबून असतात. अचानक तो तुमच्या हातून जातो आणि तुमची स्वप्नं वाऱ्यावरच विरतात. अशा वेळी तुम्हाला कसं वाटेल?

७. तुम्ही तुमच्या व्यग्र जीवनशैलीतून वेळ काढून एका कौटुंबिक समारंभाला जाता. तिथे कुणीच तुमच्याकडे लक्ष देत नाही. अशा वेळी तुम्हाला कसं वाटेल?

उपरोक्त सर्व घटनांमध्ये तुम्ही स्वतःला अस्वाभाविक स्थितीत अनुभवाल. तुमच्या अंतर्यामी अस्वाभाविक भावना घर करून बसेल. अशा वेळी आपण एकतर आपल्या भावनांचं दमन करतो किंवा त्यातून बाहेर पडण्याचा तात्पुरता मार्ग अवलंबतो. जसं, आपलं लक्ष दुसरीकडे केंद्रित करतो, टीव्ही लावतो, एखाद्या मित्राला फोन करतो, कुणाशी तरी गप्पा करतो, इंटरनेटवर सर्फिंग करतो, बाहेर फिरून येतो, बाहेर जेवायला जातो, क्रोध करतो इत्यादी. अशा अस्वाभाविक भावना उचंबळून येतात, तेव्हा आपल्या मेंदूवर काय परिणाम होतो, हे आता जाणून घेऊ या.

मानसिक विश्लेषण

दैनंदिन जीवनात आपण फीलिंग्स आणि इमोशन्स या दोन प्रकारच्या शब्दांचा प्रयोग करतो. हे दोन्ही शब्द परस्परांशी जवळ आहेत. आपण आपल्या इंद्रियांच्या माध्यमातून कायम बाहेरील जगाच्या संपर्कात राहतो. आपला मेंदू आपल्या शरीराकडून काही संकेत स्वीकारतो आणि त्यानुसार शरीरात कुठे कुठे काय होतंय, त्याची नोंद घेतो. इमोशन्स म्हणजे शरीरात संवेदना निर्माण करणाऱ्या जटिल प्रतिक्रिया आहेत.

एखादी भयानक घटना आपल्यासमोर घडते, तेव्हा आपल्या शरीरात काही संवेदना निर्माण करते. उदाहरणार्थ, हृदयाचे ठोके वाढतात, तोंडाला कोरड पडते, चेहरा फिका पडतो आणि स्नायू आकुंचन पावतात. आपल्या मेंदूत या संपूर्ण घटनेचा जणू

फोटोच काढला जातो. हे मानसिक चित्र भविष्यात अशा प्रकारच्या प्रत्येक घटनेत आपल्यासमोर उभं राहतं आणि आपल्याला खूप भीती वाटते. मेंदूद्वारे इमोशनल प्रतिक्रियांची पुनरावृत्ती होते, त्याचा परिणाम आपल्या शरीरावरदेखील दिसून येतो.

वास्तविक सर्वच भावना शरीराच्या संवेदनांमुळे निर्माण होत नाहीत. बऱ्याच वेळा आपल्याला एखादा आजारी मनुष्य पाहून दया येते. अशा वेळी आपण मेंदूत दुःख निर्माण करतो. शारीरिक स्तरावर मेंदूत दुःख न अनुभवता आपण त्या व्यक्तीच्या भावना अंतर्यामी इतक्या अनुभवतो, की आतून दुःख उचंबळून येतं.

बहुधा मेंदूत प्रतिबिंबित झालेलं चित्र पूर्णपणे योग्य नसतं. कारण मेंदू शरीरावरची काही स्पंदनं दुर्लक्षित करतो, जी तीव्र तणाव आणि भीतीच्या वेळी शरीरात निर्माण होतात. अशा वेळी मेंदू भावनांना अयोग्य समजतो. काही वेळा असंही होतं, की मेंदूत पूर्ण चित्र प्रतिबिंबित असूनही आपण भावना जाणण्यात चूक करतो.

अशा वेळी भावना लहानशी असूनही मेंदू तिची तीव्रता इतकी वाढवतो, जणू कुणीतरी दहशतीचं बटन दाबलं असावं. काही वेळा तर संपूर्ण शरीराचा थरकाप व्हायला लागतो.

मेंदूला अस्वाभाविक भावनेचा अंदाज येताच तो त्यातून बाहेर पडण्याचा प्रयत्न करतो. अशा वेळी मेंदू शरीराला असे काही संकेत पाठवतो, ज्यामुळे शरीरात वेगवेगळ्या हालचाली होतात आणि त्या अस्वाभाविक स्थितीपासून शरीर पलायन करतं.

लहानपणी आपण ज्या ज्या गोष्टी खऱ्या मानत आलोय, त्या सर्व आपल्या मेंदूत साठून राहिल्या आहेत. या धारणा म्हणजे अन्य काही नसून न्यूरल (मज्जासंस्थेसंबंधीचा) मार्ग आहे. ज्याद्वारे कोणत्या भावनेला कोणती प्रतिक्रिया द्यावी, हे मेंदू ठरवतो. तसंच अशा परिस्थितीत कसं वागावं, याचे मेंदू शरीराला आदेश देतो. हे जणू सर्व एकत्रितपणे तारांनी जोडले आहेत आणि एकत्र काम करत आहेत.

समजा, मेंदूला त्याने निर्माण केलेल्या धारणाप्रणालीपेक्षा नवख्या भावनेचा सामना करावा लागला, तर त्याबद्दल सूचना देणं त्याला जमत नाही. अशा वेळी सूचना देण्याऐवजी तो कोणत्याही भावना प्रक्षेपित करतो. उदाहरणार्थ, क्रोध, उबग, ईर्षा, भीती, ग्लानी, द्वेष, मत्सर इत्यादी. आपली शारीरिक अवस्थाही त्यानुसार बदलत जाते. मेंदू न्यूरल मार्गाद्वारे काही रसायनं तयार करतो आणि शरीराच्या वेगवेगळ्या भागांवर त्याचा प्रभाव दिसायला लागतो.

प्रत्येक भावनेमुळे शरीराचा विशिष्ट भाग प्रभावित होतो. उदाहरणार्थ, क्रोध निर्माण होतो तेव्हा मेंदू तणावाचे हार्मोन्स उत्पन्न करतो. तो पोटातलं रक्त वेगळं करतो आणि त्याचा स्नायूंना पुरवठा करतो. त्यामुळे शारीरिक श्रमाची तयारी होते, हृदयाचे ठोके वाढतात आणि श्वासाची गती वाढते. तसंच, शरीर तापतं आणि घाम सुटतो.

आपल्याला असा अनुभव येताच आपली खात्री होते, की आपला क्रोध योग्य आहे आणि आपण त्याला अजून उत्तेजन देतो. वास्तविक मेंदू या प्रतिक्रियांचा अंदाज घेऊन स्वतःच प्रत्येक घटनेच्या वेळी त्याची पुनरावृत्ती करतो. अशा वेळी आपण सजगतेने कार्य करू शकत नाही. अशा प्रसंगी आपल्या सुप्त भावनांवर पडदा टाकण्यापेक्षा त्या पूर्णपणे अनुभवा आणि त्यांचा सामना करा. तुम्ही तुमच्या भावनांचा नव्याने अंदाज घेऊ लागताच तुम्हाला त्यांचं महत्त्व समजतं. त्यानंतर तुम्ही या माहितीनुसार कशा प्रकारे कार्यशील व्हावं, याविषयी तुमच्या मेंदूला योग्य संकेत देऊ शकता. असं केल्यामुळे एक नवा न्यूरल मार्ग निर्माण होईल, ज्यात नवीन प्रतिक्रियांची नोंद घेतली जाईल.

व्यावहारिक उपयोग

तुम्हाला जेव्हा अस्वाभाविक भावना जाणवायला लागतील, तेव्हा तुमचा मेंदू या माहितीचं विश्लेषण करू शकत नाही, असं समजायला हवं. अशा वेळी तुमच्या मेंदूला योग्य माहिती पुरवणं आवश्यक आहे, जेणेकरून तो सकारात्मक भाव उद्दीपित करू शकेल. जसं- प्रेम, आनंद, मौन, धैर्य, सहानुभूती, साहस इत्यादी. चला तर मग, या अध्यायाच्या प्रारंभी दिलेल्या उदाहरणांवर पुन्हा एक दृष्टिक्षेप टाकू. आता प्राप्त झालेल्या समजेनुसार या उदाहरणांकडे बघू या.

१. समजा, बऱ्याच दिवसांपासून तुम्ही विविध कामांमध्ये व्यग्र आहात आणि अचानक एक दिवस तुमच्याकडे कोणतंच काम नाही, अशा वेळी तुम्हाला रिक्तपणा जाणवायला लागतो. तुमचा मेंदू या भावनेला कंटाळवाण्या भावनेशी जोडेल. यातून बाहेर पडण्यासाठी तुम्ही शॉपिंग कराल, कुणाशी गप्पा माराल, बाहेर जेवायला जाल इत्यादी. अशा प्रसंगी मेंदूला योग्य जाणीव करून देण्याची हीच वेळ असते, ही समज असायला हवी. कारण तो जुन्याच मार्गाचा अवलंब करत आहे. अशी भावना निर्माण झाल्यावर या माहितीवर वेगळं कार्य करायचं आहे, अशी सूचना आपल्या मेंदूला द्यावी. अशा वेळी तुम्ही ध्यान करू शकता. ध्यानाद्वारे आपल्या मनाची अवस्था जाणण्याचा प्रयत्न करू शकता. भावना जाणून घेण्यासाठी पहिलं पाऊल म्हणजे श्वासावर लक्ष देणं. श्वासावर लक्ष केंद्रित करताच तुमच्या श्वासाची गती सामान्य होते आणि भावनांचा

प्रभाव कमी होतो.

२. एकेदिवशी अचानक तुम्हाला नोकरीवरून काढून टाकण्यात आलं, तुम्ही घरी पोहोचलात आणि घर पाहुण्यांनी भरलेलं आहे. अशा वेळी खरंतर तुम्हाला एकांतात, स्वतःसोबतच राहावंसं वाटतं. मात्र, घरात पाहुणे पाहून तुमच्या मेंदूला कोणती प्रतिक्रिया द्यावी ते सुचत नाही. अशा वेळी तुम्ही संतापाल आणि घटनेतून काढता पाय घेण्याचा प्रयत्न कराल, असंही होऊ शकतं. अशा प्रसंगी तुम्ही तुमच्या उचंबळून आलेल्या भावना पाहू शकला असता; तसंच त्यांचं मूल्य किती आहे, यावरही मनन करू शकला असता. असं करणं या घटनेत तुम्हाला तणावमुक्त आणि शांत ठेवायला उपयुक्त ठरू शकलं असतं.

३. तुम्ही तुमच्या कंपनीत खूप काम केलं आणि त्याचं सारं श्रेय तुमच्याऐवजी तुमच्या सहकाऱ्याला दिलं गेलं. तुमची कुणीही प्रशंसा केली नाही. तुमच्या मनात 'श्रेयप्राप्ती'च्या भावनेनं आधीपासूनच घर केलेलं होतं आणि आता तिच्या प्राप्तीची लालसा तुमच्या मनात निर्माण झालेली होती. तुमच्या न्यूरल मार्गात आधीपासूनच श्रेय मिळण्याचा संकेत मिळालेला होता. अशातच अचानक दुसऱ्या एखाद्याला श्रेय मिळताच मेंदूला या अनपेक्षित घटनेचा संकेत प्राप्त होतो आणि न्यूरल मार्गाद्वारे क्रोध उत्पन्न होऊ लागतो.

या घटनेत तुम्ही क्रोधाऐवजी वेगळी प्रतिक्रिया देऊ शकला असता. तुमच्या मित्राच्या यशाचा आनंद साजरा करू शकला असता. असं केल्यामुळे तुमचा सकारात्मक भावनेशी ताळमेळ साधला जाऊन यशाचा मार्ग मोकळा झाला असता. संतापल्यामुळे तुमची नकारात्मकतेकडे वाटचाल सुरू होते.

४. एखाद्या रविवारी निवांत वेळी तुम्ही शांतपणे घरी एकटे बसलेले असता. त्या वेळी तुम्हाला अचानक एक जुनी गोष्ट आठवते. अशा वेळी दुःखी होणं स्वाभाविक असतं. परंतु दुःखी होऊन तुम्ही एकप्रकारे भविष्यासाठी दुःखाचं बीजच पेरता. मात्र दुःखी होण्याऐवजी तुम्ही प्रसन्न व्हायला हवं. कारण प्रसन्नतेचा भाव ठेवून तुम्ही अशा प्रकारच्या घटनांमध्ये तुमच्या मेंदूला प्रसन्न राहण्याचा जणू संकेतच देत असता.

५. तुम्ही एक मीटिंग आयोजित करता आणि त्या मीटिंगला कुणीही उपस्थित राहत नाही. अशा वेळी तुम्ही निराश होता. निराश होऊन तुम्ही स्वतःलाच त्रास करून घेता. त्यावेळी इतरांनी काय करायला हवं, यावर नियंत्रण ठेवण्याऐवजी असा विचार

करा, 'या वेळी मी माझ्या भावनांवर नियंत्रण कसं ठेवायला हवं?' काहीही झालं तरी प्रसन्नता कमी होता कामा नये. कारण प्रसन्न राहून तुम्ही नकळत स्वतःचा आदरच करत असता.

६. ज्यावर तुमच्या खूप आकांक्षा अवलंबून असतात, असा एखादा प्रोजेक्ट अचानक तुमच्याकडून जातो आणि तुमची स्वप्नं वाऱ्यावरच विरतात. अशा वेळी तुम्ही दुःखी आणि हताश होता. तुमचं शरीरही या भावनेनुसार संकेत देतं. अशा वेळी तुम्ही घटनेचा स्वीकार करून शांती अनुभवा. फील फुल्ली- स्वतःला पूर्णपणे अनुभवा. भावनांचा आवेग संपताच तुम्ही शांतपणे विचार करून, समस्येच्या उपायांवर विचार करून सर्वांत उपयुक्त उपाय शोधून त्यानुसार कार्य सुरू करू शकता.

७. तुम्ही तुमच्या व्यग्र जीवनशैलीतून वेळ काढून एका कौटुंबिक समारंभाला जाता. तिथं तुमच्याकडे कुणीच लक्ष देत नाही. अशा वेळी तुम्हाला एकाकीपण आणि उपेक्षा जाणवते. तुम्हाला कार्यक्रमात उपस्थित राहिल्याचा पश्चात्ताप होतो. तुम्ही विचार करता, 'इथे येण्याऐवजी अमुक एक महत्त्वाचं काम केलं असतं, तर चांगलं झालं असतं.'

अशा प्रसंगी स्वतःला विचारा, जर माझ्याकडे लक्ष दिलं गेलं असतं, तर माझ्या मनात असे विचार आले असते का? नाही. आता या घटनेवरून समजतं, की माझ्या मेंदूत तयार झालेला हा न्यूरल मार्ग आहे, जो अशा प्रकारच्या भावना निर्माण करतो. कारण तुमच्या मेंदूने योग्य माहिती समजून घेतली नाही म्हणून तुमच्यात असे भाव निर्माण झाले.

कौटुंबिक समारंभात उपस्थित राहण्याचा निर्णय तुमचा स्वतःचाच होता. हा निर्णय घेताना तुम्हाला जो आनंद झाला होता, तोच आताही तुम्हाला जाणवू शकला असता. तुमचा आनंद कोणत्याही बाह्य वस्तूंवर अवलंबून नसल्याने हा संदेश मेंदूकडे जाताच तुम्हाला प्रसन्न वाटू लागेल. कदाचित तुम्हाला प्रसन्न पाहूनच लोक तुमच्याकडे आकर्षित होऊ शकतील, परंतु हा बोनस आहे.

तुम्ही तुमच्या भावना बदलताच तुमचा मेंदू नव्या प्रोग्रामिंगसह तयार होत जातो. आता त्याच जुन्या घटना तुमच्या जीवनात नव्या शक्यतांचं द्वार खुलं करतात.

आध्यात्मिक समज

इमोशन आणि फीलिंग यांतील फरक लक्षात घ्या. एखादी घटना घडल्यानंतर

येतात ते-इमोशन्स. नंतर तुम्ही त्या घटनेवर विचार करायला सुरुवात करता. आता तुम्ही केलं घटनेवर शिक्कामोर्तब (स्टँपिंग). मग तयार केली कथा. त्या कथेमुळे तुम्ही दुःखी होता. समजा, दुःखी झाल्यानंतर तुम्ही विचार केला, 'हे दुःख माझ्या विकासासाठी आलं आहे.' असा विचार करताच कशी फीलिंग येईल बरं? बस्स! हीच सेल्फची फीलिंग आहे.

मात्र, याच बाबत आपण जर नकारात्मक विचार केला, 'हे असंच होत राहणार... माझ्या बाबतीत असंच होणार... वगैरे.' तेव्हा जे दुःख होईल तीसुद्धा सेल्फची फीलिंग आहे. कसं ते समजून घेऊ या. सेल्फ जेव्हा तुमची नकारात्मकता पाहतो, तेव्हा तो तुम्हाला दुःखद फीलिंग देऊन सांगतो, असं काहीही नाही. दुःखाची फीलिंग देऊन सेल्फ तुम्हाला जागृत करू इच्छितो. **सेल्फ जेव्हा तुम्हाला जागृत करतो, ती फीलिंग आहे आणि मन जेव्हा दुःख गोंजारतं, तेव्हा ते असतं इमोशन.** दोन्ही बाबींमध्ये हा मुख्य फरक आहे.

कोणतीही घटना घडताच त्वरित स्वतःला सांगा, 'मला जसं जीवन हवंय, त्यासाठी ही घटना मार्गदर्शन करतेय. माझ्या आयुष्यात केवळ सकारात्मक घटना घडाव्यात, नकारात्मक घटना घडू नयेत.' असे विचार येताच सेल्फतर्फे शाबासकी मिळते. ती शाबासकी म्हणजे 'चांगली फीलिंग'. चांगली फीलिंग देऊन सेल्फ तुम्हाला शाबासकी देतो, 'तुमचा मार्ग योग्य आहे, वाटचाल सुरू ठेवा!'

सेल्फच्या या फीलिंगमुळे तुम्हाला घटनांमध्ये योग्य प्रकारे कार्य करण्याची प्रेरणा मिळेल. त्यामुळे तुमच्या मेंदूत नवीन न्यूरल मार्ग तयार होतील आणि आपण नकारात्मक भावनांच्या ओझ्यातून मुक्त व्हाल!

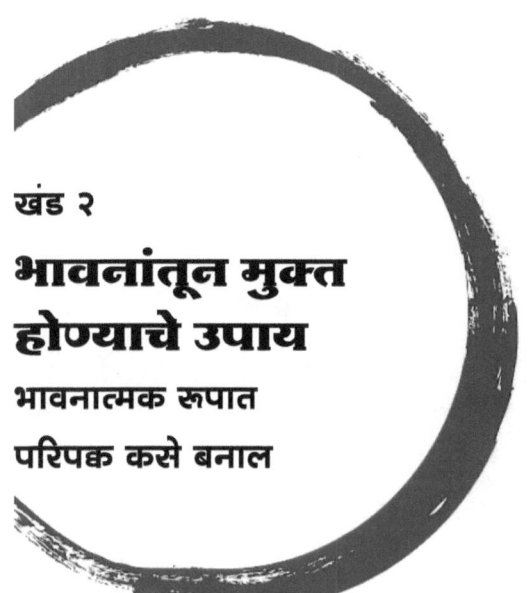

खंड २

भावनांतून मुक्त होण्याचे उपाय

भावनात्मक रूपात
परिपक्व कसे बनाल

अध्याय ११

भावनात्मकदृष्ट्या परिपक्व कसं बनाल

खिलाडू वृत्ती जोपासा

आयुष्यात असा एखादा माणूस असतो, जो आपलं काही ऐकत नाही, आपल्याला मदत करत नाही. मग आपलं आयुष्यही त्याच माणसाभोवती फिरू लागतं. 'मला कोणीच मदत करत नाही. सगळं काही मला एकट्यालाच करावं लागतं,' ही भावना मनात घर करते.

अशा वेळी गरज असते, ती प्रामाणिकपणे विचार करून, मनन करून आपल्या विचारात किती तथ्य आहे, हे पाहण्याची.

किती तरी गोष्टींचं सहकार्य आपल्याला विनासायास लाभतं. म्हणून आपण व्यवस्थित जगू शकतो. आपला श्वासोच्छ्वास आपोआप सुरू असतो. 'मला श्वास घ्यायचा आहे,' असं लक्षात

ठेवून आपण कधीच श्वास घेत नाही. निसर्ग तर आपल्याला कितीतरी गोष्टी अगदी मुबलक प्रमाणात आणि तेही मोफत देत असतो. सूर्यप्रकाश, हवा, पाणी या आणि अशा अनेक गोष्टी निसर्गाकडून आपल्याला मिळतच असतात. सांगण्याचं तात्पर्य, आपल्याला दाही दिशांनी काही ना काही मिळत असतं. पण, जे मिळालं नाही त्याचं दुःख करण्यात आणि जे मिळालंय त्याची कदर न करण्यातच मनुष्याचं आयुष्य व्यतीत होतं. म्हणून 'सगळं काही मलाच करावं लागतं' असा विचार मनात डोकावताच थोडं थांबा, मनन करा.

वेगवेगळ्या भावना अधूनमधून डोकं वर काढतच राहतील. परंतु काहीही झालं, तरी 'मी या भावनांना थारा देणार नाही,' असा निश्चय करा. सुरुवातीला मन बडबड करेल, त्रागा करेल; परंतु आपण आपला निश्चय कसोशीनं पाळायला हवा. एकदा का याची सवय झाली, की नकारात्मक भावनांच्या तरंगांना आळा बसेल. इथूनच आपल्या मुक्तीची सुरुवात होईल.

मुक्तीच्या या यात्रेत भावना अडथळा बनतील, तरीदेखील आपण 'मी भावनांना अवाजवी महत्त्व देणार नाही' या संकल्पावर ठाम राहायला हवं. एक विद्यार्थी म्हणतो, 'सर्व शिक्षक माझे शत्रू आहेत.' कारण या भावनेनं त्याच्या मनात घर केलं आहे. अशा वेळी त्या विद्यार्थ्याने त्या भावनेच्या आहारी जाण्याऐवजी 'सर्व शत्रू माझे शिक्षक आहेत, सर्वजण मला काही ना काही शिकवत आहेत. माझ्यासाठी प्रत्येक जण शिक्षक आहे,' असे विचार बाळगायला हवेत.

भावना तर उफाळून येतीलच, परंतु त्यांची खुशामत करू नका... त्यांच्याबरोबर वाहवत जाऊ नका... त्यांना वास्तव मानून दुःखी होऊ नका. भावनांमुळे दुःखी होऊ नका... थोडं थांबा... थोडी उसंत घ्या... पुढं काय आहे ते पाहा...

धीर धरण्याची सवय नसल्याने, संयमाच्या अभावामुळे मनुष्य एखाद्या घटनेची सत्यासत्यता तपासत नाही; तो अगदी अंधपणाने त्या घटनेवर विश्वास ठेवतो आणि तत्काळ प्रतिक्रिया देतो. भावनांच्या आहारी गेल्याने 'आता वेळ निघून गेली' असंच त्याला वाटतं. पण येणारा काळ उज्ज्वल असू शकतो. जे आज आणि आता आहे, ती 'हरि इच्छा' पार्ट वन आहे. पुढील काळ आणखी काही घेऊन येणार आहे. प्रत्येक कार्य दिव्य योजनेनुसारच होणार आहे, हा विश्वास मनात जागृत झाल्यानंतर आपण धीराने प्रतीक्षा करतो आणि त्यानंतरच आश्चर्यकारक परिणाम पाहायला मिळतात.

लोक वर्तमान स्थितीलाच 'अंतिम सत्य' मानतात; पण येणारी वेळ काय घेऊन येणार आहे, यापासून ते अनभिज्ञ असतात. पुढील जीवनात काय घडणार आहे, हे न जाणताच लोक दुःखी होत राहतात. थोडंसं काही मनाविरुद्ध घडलं, तर दुःखाने विव्हळत बसतात. अशा वेळी दुःखी होण्याऐवजी म्हणा, 'वेट, वॉच विथ वंडर... थांबा, पाहा... मला संयम बाळगून पुढे काय घडणार आहे, हे आश्चर्यभावाने पाहायचंय. मला माझ्या विचारांना, भावनांना थोडा विराम देऊन पुढे काय होतंय, हे जाणायचंय.'

आपण ज्या भावना व्यक्त होऊ देत नाही, त्या दाबून टाकतो. ज्या भावना व्यक्त करत नाही, त्यांचं जणू दमनच करत असतो. या दबलेल्या भावनाच आपलं व्यक्तिमत्त्व कोमेजून टाकतात. शरीर सुरुवातीला हे निमूटपणे सहन करतं. म्हणून लोक त्याकडे तितकंसं लक्ष देत नाहीत. परंतु शरीराच्यादेखील काही मर्यादा आहेत. दबलेल्या भावनांचा परिणाम शरीरावर हळूहळू दिसू लागतो. शरीराचे कमकुवत अवयव आणखी कमकुवत होऊ लागतात आणि एक दिवस ते शरीरदेखील हार्मोनियमप्रमाणे वाजतावाजताच हलू लागतं, परंतु आपण त्याची पर्वा न करता ते वाजवत राहतो. अगदी याचप्रमाणे आपण आपलं शरीरदेखील भावनांच्या ओझ्याखाली दाबून टाकतो.

भावनेच्या आहारी जाऊन लोक मोठमोठे गुन्हे करतात. इतकंच काय, पण अगदी हत्यादेखील करतात. कारण भावनिक बुद्धिमत्तेचं प्रशिक्षणच त्यांना मिळालेलं नसतं. वास्तविक शालेय अभ्यासक्रमात या प्रशिक्षणाचा समावेश व्हायला हवा. मुलांमध्ये भावनांबद्दलची समज वाढवायला हवी. शारीरिक स्वास्थ्यासाठी हे गरजेचं आहे. अन्यथा, भावनिक संतुलनाअभावी शरीर रोगग्रस्त बनतं. यात केवळ स्वतःच्या भावना जाणून घेणं पुरेसं नाही, तर इतरांच्या भावना समजून घेणंदेखील गरजेचं असतं. त्यानंतरच लोकांशी कसा व्यवहार करावा, हे आपण शिकाल.

भावनांच्या गाठी, भावनांचे बंध उलगडण्यासाठी मनातील सर्व गाठी उकलणंही गरजेचं असतं.

भावनात्मकरीत्या परिपक्व बनायला शिका

शारीरिक कमकुवतपणा दूर करण्याबरोबरच मानसिक दौर्बल्य दूर करणंदेखील आपल्याच हाती असतं. भावनिक अपरिपक्वता हेच मानसिकदृष्ट्या कमकुवत

असण्याचं मुख्य कारण आहे. भावनिक अपरिपक्वतेमुळेच मनुष्य भावनांचा गुलाम बनतो. वास्तविक त्याने भावनांचा स्वामी बनायला हवं. भावनिकदृष्ट्या सबल होण्यासाठी मनुष्याने स्वतःच्या भावनांचा योग्य रीतीने सामना करायला शिकणं आवश्यक आहे. मनुष्याच्या वेगवेगळ्या भावनाच त्याच्या मनाशी खेळत असतात. परंतु आता मनुष्याने भावनांशी खेळण्याची वेळ आली आहे. हा खेळ, ही बाब समजून घेण्यासाठी तुमनेशचं उदाहरण बारकाईने पाहा.

तुमनेश मंदिराबाहेर फुलं विकत होता. त्याच्या दुकानात खूप कमी ग्राहक येत असत. त्यामुळे त्याच्या फुलांची विक्री कमी व्हायची. आपली ही व्यथा सांगण्यासाठी तुमनेश गुरुजींकडे गेला. गुरुजींनी त्याला सल्ला दिला, 'फुलं विकण्याच्या कामाला काम न समजता एक खेळ समज. हल्ली अगदी लहान मुलांपासून ते वृद्धांपर्यंत सर्वच स्तरांतील लोक कॉम्प्युटर गेम अगदी आवडीने खेळताना दिसतात. तूदेखील काम करताना जणू कॉम्प्युटर गेम खेळत आहेस अशा रीतीने ते कर.'

गुरुजींच्या आज्ञेनुसार तुमनेशला आज फुलं विकणं हे एक काम म्हणून नव्हे, तर एखादा खेळ खेळल्याप्रमाणे करायचं होतं. एक नवीन प्रयोग करायचा होता. त्यामुळे नेहमीप्रमाणे 'फुलं घ्या फुलं' असं म्हणण्याऐवजी त्याने एक नवीन वाक्य बनवलं. ते वाक्य होतं, 'सुगंधी फुलं घ्या, सुवासिक फुलं घ्या.' या अगळ्यावेगळ्या वाक्यामुळे लोक कुतूहलानं त्याच्या दुकानाकडे आकृष्ट झाले. दुसऱ्या दिवशी तुमनेशने आणखी एक नवीन वाक्य बनवलं, 'जाई घ्या, जुई घ्या, लई स्वस्त घ्या' या वाक्यामुळे उत्सुकतेपोटी लोक त्याच्या दुकानात जाऊ लागले आणि फुलं खरेदी करू लागले. आता दररोज तो एक नवीन वाक्य बनवून फुलं विकणं हे काम न समजता खेळ खेळल्याप्रमाणे करू लागला. तुमनेश आपलं काम अगदी आनंदाने करू लागला.

ही एक प्रतीकात्मक कथा आहे. या कथेतील दुकान हे मनुष्याच्या शरीराचं प्रतीक आहे. ग्राहक हे भावनेचं प्रतीक असून, तुमनेश आपलंच प्रतीक आहे. आपणदेखील तुमनेशप्रमाणेच ग्राहकांना म्हणजेच भावनांना जाताना-येताना पाहत असतो, त्या ग्राहकांचं बोलणं ऐकत असतो. कारण ग्राहकदेखील भावनांप्रमाणे वेगवेगळ्या प्रकारचे असतात. काही ग्राहक दुकानाकडे वळता वळता परत फिरतात, तर काही दुकानावर येऊनही फुलं खरेदी न करताच परत जातात. काही ग्राहक तुमनेशकडे लक्ष देतात, तर काही थोड्या वेळाने दुसरीकडे लक्ष वळवतात. परंतु

तुमनेशने आपल्या कामाची पद्धत बदलून ग्राहकांना योग्य रीतीने हाताळण्याचं कसब प्राप्त केलं होतं. म्हणजेच तो स्वतःच्या भावनांकडे पाहण्याचा दृष्टिकोन बदलून त्यांच्याशी योग्य प्रकारे सामना करायला शिकला होता.

त्याच्या फुलांची विक्री कमी होत असे, तेव्हा तो दुःखी, त्रस्त आणि चिंताग्रस्त असायचा, त्यामुळे तो आजारीदेखील पडायचा. परंतु आता ग्राहकांची संख्या वाढल्यामुळे तो खुश राहू लागला होता, त्याची कमाईही वाढू लागली होती.

तुमनेशच्या मनोवेधक वाक्यांमुळे दिवसेंदिवस त्याचे ग्राहक वाढू लागले होते. काही दिवसांतच त्याच्या ग्राहकांची संख्या इतकी वाढली, की ती गर्दी हाताळणं त्याला अवघड जाऊ लागलं. तुमनेशची त्रेधातिरपिट उडालेली पाहून लोक त्याची फुलं चोरू लागले. कधी गल्ल्यातून पैसे पळवू लागले. कधी कधी लोक 'मी शंभरची नोट दिली होती, तूच मला सत्तर रुपये परत द्यायला हवेत,' असं बोलून त्याला फसवू लागले.

आता परिस्थिती आवाक्याबाहेर गेली होती. ती हाताळणं त्याच्यासाठी अत्यंत कठीण झालं होतं. परिणामी, लोक फुलवाल्यालाच 'fool' बनवू लागले होते. म्हणजेच भावना त्याला मूर्ख बनवू लागल्या. पुढे दिलेल्या विनोदातील मुलगा ज्याप्रमाणे दुकानदाराला मूर्ख बनवतो, त्याप्रमाणेच तुमनेशच्या बाबतीतही घडू लागलं होतं.

एकदा एक मुलगा दुकानात गेला. त्याने पंचेचाळीस रुपयांची खरेदी केली आणि तो पाच रुपयांची नोट दुकानदाराला देऊ लागला. या नोटेवर पाच या आकड्याच्या पुढे शून्य लिहिण्यात आलं होतं. नोट देताना तो दुकानदाराला म्हणाला, 'हे घ्या पन्नास रुपये.' ती नोट पाहून, 'स्वतःला शहाणा समजतोस काय...' असं म्हणत दुकानदाराने पन्नासची नोट मुलापुढे ठेवली आणि तो त्या मुलाला म्हणाला, 'हे घे पाच रुपये.' दुकानदाराने मुलाच्या हाती नोट देण्यापूर्वी त्या नोटेवरील शून्यावर काट मारली होती. अशा प्रकारे दुकानदाराने मूर्खपणाचा कळस केला होता.

दुकानदाराप्रमाणेच भावनांच्या जाळ्यात अडकून तुमनेशदेखील मूर्ख बनत चालला होता. आता ग्राहक तर वाढले होते; परंतु नफा कमी झाला होता. तुमनेश पुन्हा दुःखी, त्रस्त, व्याधिग्रस्त आणि चिंताग्रस्त होऊ लागला.

यातून मार्ग काढण्यासाठी तो पुन्हा गुरुजींकडे गेला आणि सर्व परिस्थिती त्याने

गुरुजींना कथन केली. त्यावर गुरुजींनी त्याला उपाय सांगितला, 'आता तू सुमेर, सुमन आणि संजू असे तीन नोकर मदतीसाठी ठेव.'

इथे सुमेर हे समजेचं प्रतीक आहे, सुमन समदृष्टीचं आणि संजू सजगतेचं प्रतीक आहे. भावनांकडे योग्य रीतीने पाहायला शिकण्यासाठी समज, समदृष्टी आणि सजगता या तीन गोष्टी सदैव आपल्याकडे असायला हव्यात.

सुमेर अर्थात समज प्राप्त झाल्याने मनुष्य खऱ्या आणि खोट्या भावनांमधील फरक ओळखायला शिकतो. खोट्या भावना ओळखून त्यांना थारा देणं बंद करतो आणि त्यांच्यापासून स्वतःला वाचवतो.

दुसरा नोकर, **सुमन** हा सर्व भावनांकडे समदृष्टीने पाहण्याचं स्मरण देतो. भावनांकडे पाहण्याच्या कलेवर प्रभुत्व मिळवण्यासाठी सुख आणि दुःख यांकडे तो समान दृष्टिकोनातून पाहायला शिकवतो. समदृष्टी म्हणजे **सम (सेम) भावना.** अर्थात, सर्व भावनांकडे समानतेने पाहण्याची दृष्टी.

तिसरा नोकर **संजू म्हणजे सजगता.** संजू मनुष्याला सर्व भावनांकडे सजगतेने पाहण्याच्या कलेत निपुण बनवतो आणि त्याला भावनांमध्ये वाहवत जाण्यापासून वाचवतो.

दुकानात येणाऱ्या ग्राहकांकडून म्हणजेच शरीरात निर्माण झालेल्या भावनांकडून फसवणूक झाल्यामुळेच तुमनेश वरील तीन नोकरांची मदत घेतो. आता भावनांकडून हल्ला होताच हे तिघे त्याला सावध करतात, की 'तुम्हाला आता सर्व काही शांतपणे पाहायचं आहे. मालक! सीजन चालू आहे, ऑक्सिजन चालू आहे.' भावनांनी हल्ला चढवताच श्वासोच्छ्वासावर लक्ष केंद्रित करायचं आहे. काही सेकंद श्वासाच्या गतीकडे लक्ष द्यायचं आहे. श्वासाची गती पूर्ववत (नॉर्मल) होताच पुन्हा कामाला सुरुवात करायची आहे, खेळ खेळायचा आहे. याची ते तुमनेशला आठवण करून देतात. याचाच अर्थ, भावनांना चित्रपटाचा अथवा टीव्हीचा स्क्रीन समजायचं आहे. ज्याप्रमाणे चलचित्राचा स्क्रीनवर कोणताही परिणाम होत नाही, त्याचप्रमाणे भावनांचा मनुष्यावर कोणताही परिणाम होता कामा नये.

लोक नेहमी वाईट बातमी श्वास रोखून ऐकतात. त्यामुळे ती भावना मनुष्याच्या मनात घर करते, साचत राहते आणि भविष्यात तिची गाठ बनते. पुढे जाऊन या गाठीच मनुष्याच्या त्रासाला कारणीभूत ठरतात. म्हणूनच मनुष्याने कोणत्याही

परिस्थितीत संयम ढळू न देता अगदी शांत राहायला हवं. त्याचबरोबर वाईट बातमी ऐकत असतानादेखील श्वासोच्छ्वासाची गती सामान्यच राहील याकडे लक्ष द्यायला हवं.

भावनांचं दर्शन करून आपण हे लक्षात ठेवायचं आहे, की ग्राहकरूपी भावना आपल्याला काही ना काही देऊन जायला हवी. तिच्यामुळे आपल्या खजिन्यात वाढ व्हायला हवी. त्यांनी तुमनेशच्या ग्राहकांप्रमाणे गल्ल्यातील पैसे चोरून नेता कामा नये. जेव्हा प्रत्येक ग्राहक काही ना काही योगदान करेल, तेव्हाच आनंद वृद्धिंगत होईल. सांगण्याचं तात्पर्य, ग्राहकरूपी भावनांमुळे आता आपण दुःखी आणि विचलित होणार नाही, त्या चिंता आणि त्रासाचं कारण बनणार नाहीत, आपल्याला मूर्ख बनवू शकणार नाहीत. याचाच अर्थ, भावनांकडे योग्य रीतीने पाहणं, त्या समजून घेणं, त्यांना व्यवस्थित हाताळणं या गोष्टी आपल्याला येऊ लागल्या आहेत, असा होतो. आता यापुढे कोणत्याही परिस्थितीत श्वासोच्छ्वासाची गती सामान्य राहील, कोणतीही भावना आपला श्वासोच्छ्वास रोखू शकणार नाही.

अशा प्रकारे समज, समदृष्टी आणि सजगता यांच्या मदतीने आपल्या मुखातून एकच स्वर उमटेल– 'प्रेम, आनंद, मौन.' रोमारोमांतून हाच आवाज गुंजेल– 'सब के अंदर कौन? प्रेम, आनंद, मौन.' तुमच्या चालण्या, बोलण्यात आणि वागण्यात प्रेम, आनंद, मौन यांची झलक दिसेल. क्षणोक्षणी एकच अभिव्यक्ती– प्रेम, आनंद, मौन! कोणतीही भावना उफाळून येऊ द्या, तन आणि मन एकच भजन गात राहील– सब के अंदर कौन? प्रेम, आनंद, मौन!

'प्रेम, आनंद, मौन' हे शब्द केवळ वाणीद्वारे उच्चारणं आणि उत्स्फूर्तपणे मुखातून निघणं या दोन भिन्न गोष्टी आहेत. भावनांना समजून घ्यायला सुरुवात केल्यानंतरच आतून प्रेम, आनंद, मौन निघणं शक्य होईल. प्रत्येक ठिकाणी कितीतरी भावना उफाळून येतील. घरातून बाहेर पडल्यानंतरही आणि घरातही. कोणतीही भावना डोकं वर काढताच म्हणायचं आहे– 'प्रेम, आनंद, मौन.' रस्ता खराब असला तरी, अथवा रस्त्यात कुणी काही बोललं तरीही हेच गुणगुणायचं आहे– 'प्रेम, आनंद, मौन.'

प्रत्येक घटनेत समज, समदृष्टी आणि सजगता यांचा अवलंब आपण करायचा आहे. प्रत्येक भावनेला एक खेळ समजायचं आहे. त्याचप्रमाणे कामदेखील जणू काही खेळ खेळतोय, अशा प्रकारे करायचं आहे. असं केल्यानेच सर्व समस्यांचं

निराकरण होईल आणि मन 'प्रेम, आनंद, मौन' यांनी भरून जाईल.

भावनांना खेळ समजा

केवळ भावनाच वेगवेगळ्या प्रकारच्या नसतात, तर व्यक्तीदेखील वेगवेगळ्या प्रकारच्या असतात. 'व्यक्ती तितक्या प्रकृती' असं म्हटलं जातं, ते यामुळेच. सर्वांचे अनुभव भिन्न असतात, त्यामुळेच प्रत्येक घटनेवरील सर्वांच्या प्रतिक्रियादेखील निरनिराळ्या असतात. वास्तविक हे आवश्यकदेखील आहे. कारण भावनांच्या प्रतिक्रिया म्हणजे आपल्या आत भावनांचे जे बंध, ज्या गाठी तयार झाल्या आहेत, त्यांच्या पूर्वानुभवाचा परिणाम असतात. मग त्या एकसारख्या कशा असतील?

समजा, दुकानात आलेला ग्राहक म्हणतो, 'मी मंदिराचा पुजारी आहे, मला दक्षिणा द्या' आणि तुमनेशने दक्षिणा दिली. वास्तविक गुरुजींची आज्ञा होती, दक्षिणा द्यायची नाही. कारण ग्राहकाच्या रूपात ज्या भावना येतील त्या काही घेण्यासाठी नव्हे, तर देण्यासाठी येतील. त्या खजिना भरण्यासाठी आणि तुमनेशला परिपक्व बनवण्यासाठी येतील. या भावना खऱ्या नाहीत, तर खोट्या आहेत. यात आपण अजिबात फसायचं नाही की गुंतायचं नाही. त्यांच्यात अडकायचंही नाही आणि गुरफटायचंदेखील नाही. शिवाय, त्यांना खरं मानून त्यांची वाखाणणीदेखील करायची नाही किंवा बडदास्तही ठेवायची नाही.

प्रत्येक भावनेचा सामना वेगळ्या पद्धतीने करायचा आहे. कारण प्रत्येक भावना वेगळी आहे, तिचा प्रभाव आणि परिणामही वेगवेगळा आहे, तिचं स्थानदेखील वेगळं आहे. जसं, फुलांच्या दुकानात वेगवेगळ्या प्रकारची फुलं असतात. म्हणून वेगवेगळे ग्राहक वेगवेगळ्या फुलांची मागणी करतात. म्हणजेच वेगवेगळ्या भावनांकडे वेगळ्या पद्धतीने पाहायचं असून, त्यांच्याशी वेगवेगळ्या प्रकारे व्यवहार करायचा आहे.

ज्याच्या चेहऱ्यावर मळभ साठलंय त्याला कमळ द्या. ज्यांच्या चेहऱ्यावर तेज कमी जाणवतंय त्यांना सनफ्लॉवर म्हणजेच सूर्यफूल द्या. ज्यांचे केस विस्कटलेले आहेत त्यांना चंपा किंवा चमेली द्या (या फुलांच्या तेलाचं मालिश) आणि जे खुश दिसतायत त्यांना गुलाब द्या. ही सर्व फुलं भावनांची प्रतीकं आहेत. प्रत्येकाला त्यांच्या गरजेनुसार संतुष्ट करायचं आहे, त्यानेच या भावना समर्पित होऊ शकतील. भावना संतुष्ट झाल्या, की समर्पण होईल आणि त्या साचून न राहता आल्यापावली निघून जातील. इतकंच नव्हे, तर पुढच्या वेळी त्यांचा त्रास आपल्याला कमी

जाणवेल. अन्यथा, भावना अतिशय त्रस्त करतील आणि वयोमानानुसार दुःख, त्रास आणि चिंता वाढत जातील. या उलट भावनांकडे पाहण्याची कला अवगत केल्यानंतर तन आणि मन एकच भजन गुणगुणत राहील– 'प्रेम, आनंद, मौन' आणि त्यातूनच मिळतील अनमोल हिरे!

प्रत्येक ठेच मनुष्याला वेदना देते; परंतु त्याचबरोबर ती काही बोधही देत असते. हा बोधच हिरा आहे, हिऱ्यासमान अनमोल आहे.

भावनेच्या हल्ल्याने आपण जखमी न होता परिपक्व बनायला हवं. कारण प्रत्येक भावना विलीन होण्यासाठीच उफाळून येत असते. शिवाय, प्रत्येक भावना क्षणभंगुर, अस्थायी असते. त्यामुळे प्रत्येक भावनेकडे एक खेळ म्हणून पाहा, तिची गाठ बनू देऊ नका.

भावना मुक्त करण्याची पहिली योग्य पद्धत

योग्य अधिकारी शोधा

कोणत्याही भावनेचा मुक्तपणे, अगदी पूर्ण तणावमुक्त होऊन सामना केला, तर ती कमकुवत बनून निष्क्रिय होते. अन्यथा भावना इतकी प्रबळ बनते, की ती पूर्ण ताकदीने मनुष्याचं शरीर आतल्या आत खिळखिळं करून टाकते, आतून पोखरते. जसं, एखादा मद्यपी, त्याने कोणकोणते अपराध केले, कुठे चोरी केली, कुटुंबातील लोकांना कसा त्रास दिला, हे दारूच्या नशेत अगदी मुक्तपणे सांगतो. त्याच्या भावना पूर्णपणे मुक्त करून तो जेव्हा या गोष्टी कुठलाही आडपडदा न ठेवता अगदी खुलून सांगतो आणि त्यांचा स्वीकार करतो, तेव्हा त्याला खूप हलकं वाटतं. कारण त्याच्या आत बऱ्याच गोष्टी दबून राहिलेल्या असतात, ज्या तो दारूच्या साहाय्याने बाहेर काढतो.

दुःखद भावना व्यक्त करण्याची कला

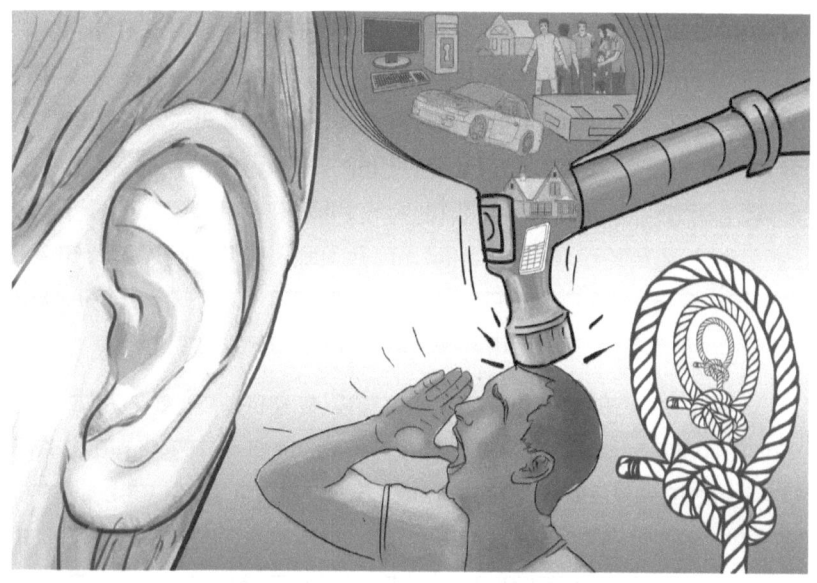

भावना जोपर्यंत आत दबून राहतात, तोपर्यंत त्या शक्तिशाली असतात. एकदा का भावना व्यक्त झाल्या, की त्यांच्यातील शक्ती नष्ट होते. परंतु दारू पिणाऱ्या माणसाचा, दारू पिल्याने त्याला हलकं वाटतं, असा गैरसमज होतो. पण भावना मुक्त करण्याची ही योग्य पद्धत नव्हे. याऐवजी एखाद्या योग्य अधिकारी व्यक्तीकडे आपलं मन मोकळं करावं, आपलं दुःख त्या व्यक्तीला सांगावं. आपल्या भावना त्या अधिकारी व्यक्तीकडे व्यक्त कराव्यात. ही योग्य अधिकारी व्यक्ती आपले भाऊ-बहीण, मित्र, वडील किंवा एखाद्या चर्चचे फादर यांसारखं कुणीही असू शकते. आपल्याकडून एखादी चूक अथवा एखादा अपराध घडला असेल, तर त्याचा पूर्णपणे स्वीकार करायला हवा, त्या अपराधाबद्दल पश्चात्ताप व्यक्त करायला हवा. पश्चात्ताप केल्याने भावना मुक्त होतात, मन हलकं होतं. बऱ्याचदा लोकांना काही भावना व्यक्त करण्याची लाज वाटते. त्यामुळे आतल्या आत त्यांची घुसमट होत राहते. परिणामी, ते आजारांना बळी पडतात. भावनांशी झुंज देण्याच्या जुन्या दोनच पद्धती लोकांना माहीत असतात. भावनांचं दमन करणं ही पहिली पद्धत, तर भावनेचा उद्रेक झाला, की तो इतरांवर ओकायचा ही दुसरी पद्धत. आता आपण या दोन्ही जुन्या पद्धती सोडून देऊन नवीन पद्धतींचा अवलंब करायचा आहे.

आपल्या भावना व्यक्त करण्याची **पहिली योग्य पद्धत म्हणजे योग्य**

अधिकाऱ्याचा शोध घेणं. योग्य अधिकारी म्हणजे अशी व्यक्ती शोधायची, जिच्याकडे आपण मोकळेपणाने भावना व्यक्त करून हलके होऊ शकाल. आपण जेव्हा आपल्या भावना एखाद्याकडे व्यक्त करतो, तेव्हा त्या भावनांची शक्ती नष्ट होते. यासाठी ज्या व्यक्तीकडे आपण आपल्या भावना कोणताही संकोच न करता मोकळेपणाने, न लाजता, कोणत्याही प्रकारचा अपराधीपणा न बाळगता व्यक्त करू शकाल, अशा व्यक्तीचा शोध घ्यायचा आहे. लज्जेमुळे भावना आतल्या आत दबून राहते. ती दबून राहिलेली भावना शारीरिक आरोग्य दूषित करते. जोपर्यंत आपण लाज दडपून ठेवतो, तोपर्यंत तिच्यात शक्ती असते, ती व्यक्त होताच तिची शक्ती नष्ट होते.

आता प्रश्न असा निर्माण होतो, की योग्य अधिकारी म्हणून कोणाची निवड करावी? ही व्यक्ती अशी असायला हवी, जिच्याकडे व्यक्त केलेल्या भावना ती इतरत्र कुठेही सांगणार नाही. आपण दिलेल्या माहितीचा ती दुरुपयोग करणार नाही. ती व्यक्ती खरोखरच आपली हितचिंतक असायला हवी. त्याचबरोबर आपण व्यक्त केलेल्या सर्व गोष्टींची शहानिशा करून त्यावर योग्य सल्ला देऊ शकेल, अशा व्यक्तीची निवड करायला हवी. आपल्या आसपास अशी व्यक्ती नसेल, तर आपण मनातील सर्व गोष्टी, मनात दबून राहिलेल्या भावना, आपल्याकडून झालेल्या चुकांमुळे तयार झालेली अपराधीपणाची भावना, अशा घटना एका कागदावर लिहून तो कागद जाळून टाकावा. एखादा मनुष्य क्रोध आल्यानंतर मैदानावर जाऊन जोरजोरात ओरडतो, कोणी सासूचा किंवा बॉसचा फोटो घेऊन त्या फोटोसमोर ओरडून आपला राग व्यक्त करतो. असं केल्यामुळे ओरडणाऱ्याला शांती लाभते. कारण असं करून तो हलका होतो, भावनांतून मुक्त होतो.

ही भावनांपासून मुक्त होण्याची पद्धत योग्य आहे, परंतु ती अस्थायी आहे. कारण लोक तिचा दुरुपयोग करतात. लोक त्यांच्या योग्य अधिकाऱ्याला इतके फोन करतात, की तो वैतागून जातो. सुरुवातीला या बाह्यपद्धती साहाय्यक ठरतात; परंतु लोक या पद्धतींचा गुलाम बनतात. कारण लोक कायम त्यांच्यावरच अवलंबून राहतात. हे पुढील उदाहरणाच्या साहाय्याने आपण समजून घेऊ या.

आपण भावनेतून मुक्त होण्यासाठी ज्या माणसाला फोन करत होता, तो आधी तुम्ही जे सांगत होता ते लक्षपूर्वक ऐकून घेत असे. आता मात्र तो टाळाटाळ करतो, व्यवस्थित ऐकत नाही. कारण आज तो स्वतःच कुठल्यातरी भावनेत गुरफटलेला आहे. पूर्वी आपण आपला उद्वेग त्या अधिकाऱ्यासमोर व्यक्त करत होता; परंतु आता तो

स्वतःच उद्विग्न आहे, त्रस्त आहे. आपल्याला याची जाणीव होते तेव्हा आपण म्हणता, 'मी तर या पद्धतीचा गुलामच बनलो होतो. मी ना स्वतःला मदत करू शकत आहे, ना समोरच्याला.' यासाठी मनुष्याने हळूहळू भावनांतून मुक्त होण्याच्या सर्वोच्च आणि स्थायी पद्धती शिकायला हव्यात.

अशीच एक, भावनांना 'पेइंग गेस्ट'च्या रूपात पाहण्याची उच्च पद्धत आपण पुढील अध्यायात समजून घेणार आहोत.

अध्याय १३

भावना मुक्त करण्याची दुसरी योग्य पद्धत

पेइंग गेस्ट

भावनांतून मुक्त होण्याची दुसरी योग्य पद्धत आहे, भावनांकडे 'पेइंग गेस्ट' म्हणून पाहणं. आता आपण भावनांना 'पेइंग गेस्ट' समजून कसं पाहायचं, हे समजून घेऊ या.

जसजसं माणूस वयानं मोठा होत जातो, तसतसं त्याच्यात कधी भीतीच्या, कधी मायेच्या, तर कधी वासनेच्या भावना जागृत होतात.

एखादी भीतीची भावना जागृत झाली, तर ती शरीराच्या कुठल्या भागात जाणवत आहे, याचं बारकाईने निरीक्षण करायला हवं. कारण प्रत्येक भावना शरीराच्या वेगवेगळ्या भागांत जाणवत असते.

उदाहरणार्थ, आपण आनंदी असता, तेव्हा त्या

आनंदाची लक्षणं आपल्या चेहऱ्यावर दिसतात. वास्तविक तो आनंद, ती खुशी आपल्या तेजस्थानातून (हृदयस्थानातून) प्रकट झालेली असते. चेहरा तर केवळ त्या आनंदाच्या भावनेचं आउटलेट आहे, दरवाजा आहे. चेहऱ्यावर ती भावना झळकताना दिसते खरी, परंतु ती भावना हृदयस्थानावर जाणवते.

अशाच प्रकारे जेव्हा दुःख अथवा निराशेची भावना जागृत होते, तेव्हा ती छातीवर किंवा छातीच्या थोडंसं खाली आणि नाभीच्या वरील भागात जाणवते. म्हणून कोणतीही भावना जागृत झाली, तरी घाबरता कामा नये. अशा वेळी आपल्याला केवळ ध्यानकेंद्र बदलायचं आहे आणि आपण हे सहजपणे करू शकता. आपल्याला भावनेवरील लक्ष हटवून तेजस्थानावर केंद्रित करायचं आहे.

आपण काही काळ जेव्हा स्वतःला त्या भावनेपासून विभक्त करता, तेव्हा त्या भावनेची शक्ती कमी होत जाते. परंतु आपण जर स्वतःला त्या भावनेपासून वेगळं करू शकला नाहीत, तर त्या भावनेला शक्ती मिळते. म्हणजे तुम्ही जर त्या भावनेत गुंतला, तर त्या भावनेची शक्ती वाढते, तिची बॅटरी चार्ज होते. यासाठी आपल्याला काही काळ ती बॅटरी बाहेर काढून ठेवता आली पाहिजे. त्या भावनेवरील लक्ष हटवून, तिच्याकडे साक्षीभावाने पाहण्याची कला शिकून आपण हे कार्य सहजतेने करू शकाल.

शरीरावर जागृत झालेल्या भावनांकडे 'पेइंग गेस्ट' म्हणून पाहायला हवं. पेइंग गेस्ट हे काहीकाळच आपल्याकडे राहतात, नंतर ते निघून जातात. भावनांकडे पेइंग गेस्ट म्हणून पाहायला सुरुवात केली, तर हळूहळू त्यांची शक्ती क्षीण होत जाईल. मग त्या भावना आपोआप विरून जातील.

आता काही भावना अशाही असतील ज्या जास्त काळ राहतील, त्या विलीन होण्यासाठी थोडासा अधिक वेळ लागेल. पण, त्यामुळे काळजी करण्याचं कारण नाही. त्या पेइंग गेस्ट आहेत म्हणजे कधी ना कधी जाणार एवढं नक्की.

यात आणखी एक बाब लक्षात घ्यायची आहे. ती म्हणजे, एखादा पेइंग गेस्ट जेव्हा तुमच्या घरातून परत जातो, तेव्हा तुम्ही त्याला भाडं देत नाही, तर त्याने तुम्हाला भाडं देऊन जायला हवं ना? परंतु लोक अगदी याच्याविरुद्ध करतात, भावनारूपी पेइंग गेस्टलाच भाडं देतात.

अशा प्रकारे लोक त्यांच्या भावनांवर फोकस करून, त्यांना स्थायी समजून दुःखी होत राहतात. भावनांमुळे दुःखी झालात याचाच अर्थ, आपण पेइंग गेस्टला भाडं दिलं. भावनांकडून काही शिकणं म्हणजे भाडं वसूल करणं होय. भावनांमुळे आपण जर पृथ्वीलक्ष्य प्राप्त करण्यासाठी तयार होत असाल, भावनांशी योग्य प्रकारे सामना करायला शिकत असाल, तर ती भावनाच भाडं देत आहे, असा याचा अर्थ होतो. एखादा भाडेकरू आपल्याकडे राहून परत जाताना आपल्याकडूनच भाडं घेत असेल, तर ते निश्चितच चुकीचं आहे. अशा वेळी 'भाडं तर मला घ्यायचंय' याची स्वतःला आठवण करून द्यायला हवी. यासाठी कोणतीही भावना जागृत झाली, तरी आपण घाबरता कामा नये. उलट ही भावना 'पेइंग गेस्ट आहे आणि ती लवकरच जाणार आहे,' असं स्वतःला सांगायला हवं. परंतु, जोपर्यंत ही भावना अस्तित्वात आहे, तोपर्यंत तिच्यापासून स्वतःला वेगळं ठेवून, साक्षीभावाने तिच्याकडे पाहायचं आहे. हे सर्व करत असताना तेजस्थानावर राहायचं आहे.

आपण असं करायला जरी कधी विसरलात, तरी पुन्हा स्वतःला आठवण करून द्यायला हवी. कारण सजग राहण्याबरोबरच (माइंडफुलनेसबरोबरच) स्वतःला पुन्हा आठवण करून देणंदेखील (री-रिमाइंडफुलनेसदेखील) आवश्यक आहे. अशा तऱ्हेने सहजतेनं, अगदी आनंदानं (प्लेफुली) या भावनांकडे पाहत राहा. त्यामुळे त्यांची बॅटरी काही काळ बाहेर काढली जाईल आणि त्या भावना विलीन होऊ लागतील. अन्यथा, त्या भावनांना मोहित होऊन आपण त्यांच्याकडेच लक्ष केंद्रित

करू लागतो. शिवाय, दुःखी होत राहून त्यांची बॅटरी चार्ज करत राहतो.

स्वतःला वेगळं करून, पेइंग गेस्ट समजून भावनांकडे पाहत राहणं निरंतर चालू ठेवा. असं केलं तर हळूहळू आपण या कलेत पारंगत बनत असल्याचं दिसून येईल. त्यानंतर विचार आणि भावना आपले दास बनतील. त्याचबरोबर नकारात्मक विचार आणि भावना यांमुळे होणारा त्रासदेखील हळूहळू संपुष्टात येईल.

शरीरात वेगवेगळ्या वेळी निरनिराळ्या भावना निर्माण होतात, त्या आपल्याला काही शिकवण्यासाठीच येत असतात. मात्र, काही लोक भावनांना शत्रू समजून त्यांच्याशी संघर्ष करत राहतात, लढत राहतात. आपण जर कामना, वासना, तिरस्कार, भीती यांसारख्या भावनांशी लढू लागलात, तर त्यांना शक्ती मिळत राहील. म्हणून अशा वेळी म्हणायचं आहे- 'मी ईश्वराची संपत्ती (अंश) आहे, कोणतीही दुःखद भावना मला त्रस्त करू शकत नाही.' हे वाक्य उच्चारल्यामुळे आपलं लक्ष सकारात्मक पैलूंवर असेल, तेजस्थानावर असेल. आपल्या समजेवर असेल, शिकण्यावर असेल. आपल्याकडून असं घडू लागताच दुःखद भावनांची शक्ती आपोआपच संपुष्टात येईल.

भावना मुक्त करण्याची तिसरी योग्य पद्धत

स्वतःला योग्य प्रश्न विचारा

मनुष्यात भावना आणि संवेदना यांचा प्रवाह ओसंडून वाहत असतो. प्रत्येक घटनेविषयी आणि प्रत्येक माणसाच्या व्यवहारामुळे आपल्या मनात काही चांगल्या, तर काही वाईट भावना निर्माण होतात. आपल्याला कुणी काही चांगलं-वाईट बोलताच छातीवर एक प्रकारचा दबाव जाणवतो. मनात भीतीची भावना असेल तर पोटावर दबाव जाणवतो. जबाबदारीचं ओझं असेल, तर आपल्या पाठीवर आणि खांद्यांवर त्याचा परिणाम जाणवतो. म्हणजे सर्वत्र नकारात्मक भावनाच असतात. नकारात्मक भावनांपासून वाचण्यासाठी मन इतरांवर दोषारोप करतं, बडबड करतं. त्यामुळे मनाला थोडासा दिलासा मिळतो. याशिवाय भावनांतून मुक्त होण्याचा इतर कोणताही उपाय त्याला माहीत नसतो.

यासाठी कोणतीही नकारात्मक भावना निर्माण होताच स्वतःला त्वरित प्रश्न विचारा, 'हा भ्रम आहे, की यात काही तथ्य, सत्य अथवा तेजसत्य (दिव्य सत्य, डिव्हाइन ट्रूथ) आहे?' योग्य प्रश्नात खूप शक्ती असते. जे लोक योग्य प्रश्न विचारतात, ते जीवनात प्रगती करू शकतात. इतकंच नव्हे, तर ते दुःखद जीवनापासून मुक्त होतात.

भ्रम, तथ्य, सत्य आणि तेजसत्य काय आहेत

भ्रम, तथ्य आणि सत्य या तीन वेगवेगळ्या बाबी आहेत. भ्रम म्हणजे जो सत्य भासतो, परंतु सत्य नसतो. उदाहरणार्थ- पाण्यात एक सरळ, लांबसर काठी अर्ध्याच्यावर बुडवा. आता त्या काठीकडे पाहिलं, तर काठीचा पाण्यातील भाग वाकडा दिसतो. परंतु प्रत्यक्षात ती काठी वाकडी नसते. जसं, अंधारात दोरीदेखील साप भासते. त्याचप्रमाणे खुंटीवर टांगलेला कोट पाहून त्या ठिकाणी जणू भूतच आहे असं वाटतं.

तथ्यचा अर्थ आहे, वस्तुस्थिती. तथ्य सिद्ध करण्यासाठी आपण तर्काचा आणि अनुभवाचा आधार घेतो. परंतु तरीदेखील प्रत्येक तथ्य सत्य असेलच असं नाही. ज्यांनी विज्ञान वाचलेलंच नाही, त्यांना जमिनीवर चालताना-फिरताना पृथ्वी गोल आहे, हे जाणवणारच नाही. ते म्हणतील, पृथ्वीचा पृष्ठभाग सपाट आहे आणि ती सरळ उभी आहे. आम्ही तर तिच्यावर सरळ उभे आहोत. त्यांच्या शरीरालादेखील असाच अनुभव येतो. हे झालं त्यांचं तथ्य, परंतु सत्य तर यापेक्षा वेगळं आहे. वास्तविक आडवा-तिडवा आणि उलटा

लटकलेला मनुष्यदेखील गुरुत्वाकर्षणाच्या शक्तीमुळे स्वतः सरळ उभा असल्याचं मानतो.

पृथ्वी सूर्याभोवती फिरत असल्याने किंवा सूर्याच्या कक्षेत ढग आल्याने सूर्याचा अस्त झाल्याचा भ्रम होतो. हाच भ्रम रात्री तथ्य बनतो. परंतु सूर्याचा अस्तही होत नाही आणि उदयही होत नाही. तो नेहमी एकाच स्थितीत असतो. मात्र सत्य हे आहे, की पृथ्वीच्या स्थितीत परिवर्तन होतं, त्यामुळे आपण रात्री सूर्य पाहू शकत नाही. चंद्राच्या कलादेखील प्रतिदिनी बदलत असतात. कधी तो पूर्ण दिसतो, तर कधी अर्धा... परंतु तो जसा आहे तसाच राहतो. तो वाढतही नाही आणि कमीही होत नाही, ही वस्तुस्थिती आहे.

अगदी असाच मनुष्याचा सर्वांत मोठा भ्रम आहे, शरीराच्या सर्व क्रिया बंद पडल्या, तर मृत्यू होतो. त्याला यात तथ्य असल्याचं जाणवतं. कारण तथाकथित मरण पावलेले लोक त्याला दिसत नाहीत. मात्र शरीराच्या सर्व क्रिया बंद पडल्यानंतर, ते शरीर नष्ट केल्यानंतरही सूक्ष्म शरीरासह त्यांची पुढील जीवनयात्रा चालूच असते.

या तिन्ही गोष्टींच्या पलीकडे एक तेजसत्य आहे. ते म्हणजे जन्म आणि मृत्यू यांसारखी कोणतीही गोष्ट अस्तित्वात नाही. एकच चेतना वेगवेगळ्या रूपांमध्ये सर्वत्र प्रकाशित होत असून, तीच लीला करत आहे.

यासाठी आपल्यात दुःखद भावना जेव्हा उत्पन्न होईल, तेव्हा सजग होऊन स्वतःला विचारा, 'हा माझा भ्रम तर नाही? खरंच एका विचारात मला दुःखी करण्याइतकी शक्ती आहे का? एक विचार मला दुःखी करतो, तर या विचारामध्ये कोणतं तथ्य आहे? हे सत्य आहे की तेजसत्य?' अशा प्रकारे निरनिराळे प्रश्न विचारून सत्य समोर आणायला हवं. उदाहरणार्थ, 'दुःख म्हणजे नेमकं काय आहे? ते का होतं? ते येतं कुठून? आपण दुःखी आणि त्रस्त का होत राहतो?'

ज्याअर्थी छोट्या छोट्या घटनांमुळे दुःखद भावना उसळते, त्याअर्थी आपल्यात निश्चितच काही धारणा, भ्रम, अज्ञान, बेहोशी अशा गोष्टी आहेत, ज्या आपल्याला दुःखी करतात. मग या धारणा, हे अज्ञान कोणतं आहे? आपल्यात कोणती बेहोशी पसरलेली आहे? या प्रश्नांची उत्तरं शोधण्यासाठी आपण स्वतःला योग्य प्रश्न विचारायला हवेत, स्वतःशी संवाद साधण्याची कला अवगत करायला हवी.

एखादा मनुष्य आपल्याला काही बरं-वाईट बोलला, तर आपण त्वरित म्हणतो, 'लोक वाईट आहेत.' अशा वेळी स्वतःला प्रश्न विचारा, 'हा भ्रम आहे की तथ्य, सत्य आहे की तेजसत्य?' वास्तविक 'लोक वाईट आहेत' हा विचारच तुमच्या जीवनात तसे लोक आकर्षित करू शकतो. कारण आपण जसे विचार बाळगाल, तशीच त्याची फळं मिळतात. मग हा आपला भ्रम आहे की तथ्य? 'होय. हे तथ्य आहे.' कारण आपल्याला

तसं दिसत आहे. मनाकडे याबद्दलचे पुरावे आहेत, जे या विधानाची विश्वासार्हता वाढवत आहेत. परंतु सत्य वेगळंच आहे. ते आहे- **वास्तविक लोक वाईट नाहीत. पण ते स्वतःच्या वृत्तींमध्ये गुरफटून गेल्याने त्यांच्यातील वृत्ती त्यांना वाईट वागण्यासाठी आणि दुर्जन बनण्यासाठी प्रवृत्त करतात.**

आता यात तेजसत्य काय आहे ते जाणू या. 'सर्वजण ईश्वराच्या लीलेतील कलाकार आहेत, त्यामुळे कोणी वाईट अथवा चांगलं नाही,' हे तेजसत्य आहे.

हे जाणल्यानंतरदेखील मन म्हणेल, 'बहुतेक असंच असू शकेल, हेच सत्य आहे, यात तथ्य आहे.' तथ्याचा विचार केला, तर लोकांची वाईट वागणूक पाहून याला दुजोरा मिळतो. परंतु सत्य जाणून घेण्याचा प्रयत्न केला, तर समजून येईल, 'लोक वाईट नाहीत, तर ते वृत्तींमुळे विवश झाले आहेत.' त्यांच्याकडून जे काही वाईट घडत आहे, ते केवळ विवशतेतून होत आहे. कारण त्यांना त्यांच्या भावनांतून मुक्ती हवी असते. परंतु भावनांतून मुक्त होण्याची योग्य पद्धत त्यांना माहीत नसते.

उदाहरणार्थ, दसऱ्याच्या दिवशी रावणाचा पुतळा बनवून, त्यात फटाके आणि बाँब ठेवले जातात. रामलीलेत एक माणूस रावणाचा वेश परिधान करून त्याची भूमिका साकारत असतो. लोक रावणाला जाळतात तेव्हा त्याच्यातील फटाके आणि बाँब फुटू लागतात. इकडे ज्याने रावणाचा वेश परिधान केला आहे, तो मात्र तसाच फिरत असतो. तिकडे रावणाच्या पुतळ्यात फटाके फुटत असतात आणि इकडे हा रावणाची भूमिका करणारा माणूस वैतागून बडबडत असतो, 'आता मी रिक्त कसा होऊ?' कारण नकारात्मक भावनांमुळे त्याच्यात आग आणि धूर म्हणजेच क्रोध आणि दुःख यांचं साम्राज्यच पसरलेलं असतं. त्याला वाटतं, ही आग आणि धूर बाहेर काढला, तर थोडी शांती तरी मिळेल. म्हणून तो कोणावर तरी ओरडतो, बाष्कळ बडबड करतो. हे सर्व तो अगदी नाइलाजाने करत असतो. कारण भावनांमुळे तो विवश झालेला असतो. त्याच्या आत जो आगीचा म्हणजेच क्रोधाचा डोंब उसळलेला असतो, त्याच्यापासून स्वतःला वाचवण्यासाठी त्याची ही धडपड चाललेली असते.

एखाद्याला प्रसाधनगृहात जायचं असेल आणि त्यावेळी त्याचे सर्व दरवाजे बंद असतील, तर तो माणूस किती बेचैन होईल, याची आपण कल्पना करू शकता. अशा वेळी तो आरडाओरडा करेल, 'इथे काहीच व्यवस्था कशी नाही... असं का होतं... हे का होत नाही... किती वेळा सांगून झालं... हे करा... ते करा...' कारण तो आतून बेचैन आहे. मग आता हा बिचारा बेचैन आहे, हे तुम्हाला माहीत असेल, तर 'मी याला कशा प्रकारे मदत करू शकतो,' याबद्दल तुम्ही विचार कराल.

समजा, अगदी अशाच प्रकारे तुमच्या मनात जर विचार आले, 'मी गरीब तर होणार नाही ना... माझ्या खात्यातून कुणी पैसे तर काढले नाहीत ना... बँकेकडून काही चूक तर घडणार नाही ना... आजकाल खूपच फसवाफसवी चालू आहे...' इत्यादी. अशा वेळी सर्वप्रथम शांत व्हायचं आहे. त्यानंतर स्वतःला योग्य प्रश्न विचारा, 'हा माझा भ्रम तर नाही ना? यात खरोखरच काही तथ्य आहे का? आता मी यातील नेमकं सत्य जाणून घेतो. केवळ त्रस्त होऊन काहीच उपयोग होणार नाही. इथून पुढे मी खर्च करतानाच सजगता बाळगेन.' अशा प्रकारे आपण विचारांमुळे त्रस्त होण्यापासून स्वतःला वाचवू शकाल. योग्य प्रश्न विचारताच आपलं मनन सुरू होईल. त्यानंतर आपण विचार कराल, 'कदाचित हा माझा भ्रमही असू शकतो. मी बँकेत जाऊन याची शहानिशा करून येतो.'

जगात असेही लोक आहेत, त्यांच्याकडे जर पैसे नसतील, तर ते विनातिकीट प्रवास करत राहतात. हेच लोक पैसे आल्यानंतर मात्र ट्रेन जिथपर्यंत जात आहे, त्या शेवटच्या स्टेशनचं तिकीट काढतात. कारण तिथे उतरल्यानंतर पुढे जाण्याची वेगळी व्यवस्था आहे, हे त्यांना माहीत असतं. मग अशा लोकांना गरीब म्हणता येईल का? आपण त्याच लोकांना गरीब म्हणतो, ज्यांच्याकडे कधीही पैसे नव्हते. काही लोकांकडे जीवनाच्या अंतापर्यंत पैसे नव्हते, परंतु तरीही ते खुश होते. मग त्यांना गरीब म्हणायचं, का ज्यांच्याकडे भरपूर पैसा असूनही आयुष्यभर जे दुःखीच राहिले, त्यांना गरीब म्हणायचं? आपल्याला समज असेल, तर आपण म्हणाल, ज्या लोकांकडे भरपूर पैसा असूनही जे आयुष्यभर दुःखी राहिले, त्यांनाच गरीब म्हणायला हवं. ज्यांच्याकडे मुबलक पैसे होते, त्यांनी यात्रा करायचं ठरवलं असतं, तर ते विमानानेही जाऊ शकले असते. इतकं सगळं असूनही त्यांना गरीबच म्हणायला हवं, कारण ते विमानाने गेले असते, तरी भीत भीत गेले असते. हे विमान हायजॅक तर होणार नाही ना... क्रॅश तर होणार नाही ना... आज मुबलक धन आहे, परंतु उद्यादेखील ते राहील का... माझे पैसे चोरी होऊ नयेत... अशा विचारांनी ते हैराण झाले असते. अर्थात, आयुष्यभर भयभीत राहूनच जीवन कंठत राहिले असते.

आपला सकारात्मक वा नकारात्मक प्रतिसाद एक कर्म (भाव) बीज आहे. हे बीज भावस्वरूपात आहे म्हणून हे समजून घेणं अतिशय गरजेचं आहे. आपण भावना समजून घेण्याची कला शिकलात, तर कोणतीही भावना जागृत होताच योग्य प्रश्न विचारून त्या भावनेतून मुक्त होऊ शकाल. मनुष्य जेव्हा समज प्राप्त करून स्वतःच्या वृत्ती, नकारात्मक विचार आणि भावना यांतून मुक्त होतो, तेव्हा तो सुखी आणि संपन्न जीवन जगू शकतो.

भावना मुक्त करण्याची चौथी योग्य पद्धत

एक शक्तिशाली मंत्र

मनुष्य जेव्हा लोभ आणि लालसा यांमध्ये वाहवत जाऊन लोकांशी कपट करू लागतो, तेव्हा तो दुहेरी जीवन जगतो. जणू काही तो 'डबल रोल'च करत असतो. एक जीवन, जे तो लोकांना दाखवत असतो आणि दुसरं, जे तो वास्तवात जगत असतो. अशा प्रकारे तो खंडित जीवन जगत असतो, जे सावरण्यासाठी आयुष्यभर त्याला संघर्ष करावा लागतो. त्यामुळे तो नेहमी शारीरिक आणि भावनिकदृष्ट्या तणावग्रस्त असतो. उदाहरणार्थ, काही लोक पुरेसं धन नसतानाही केवळ दिखावा करण्यासाठी लोकांकडून उधार उसनवारी करून श्रीमंतीचं जीवन जगतात. त्यांच्या घराचा लिलाव होण्याची वेळ येते, तेव्हा त्यांचं वास्तव समोर येतं. दुहेरी जीवन जगणारा अथवा मायाजालात फसलेला माणूस स्वतःचं अहित

करतोच. त्याचबरोबर तो इतरांनाही कपट करण्यासाठी प्रवृत्त करतो.

आपण इतरांशी जे खोटं बोलतो, त्यापेक्षाही अधिक धोकादायक असतं, ते स्वतःशी खोटं बोलणं. असं करत असताना आपण खोटं बोलत आहोत याचं थोडंदेखील भान आपल्याला नसतं. बाह्य खोटेपणा ओळखणं हे त्यामानानं सोपं आहे. त्यामुळे त्यापासून बचाव करणंदेखील सहजतेने जमतं. परंतु, आपण स्वतःशी आतल्या आत जे बोलतो किंवा मानतो (wrong belief) त्यातील खोटेपणा शोधणं खूपच कठीण आहे. त्यामुळे त्यापासून बचाव करणंदेखील कठीण आहे. अशा खोटेपणाचा आपल्या आंतरिक स्थितीवर म्हणजेच भावनांवर विपरीत परिणाम होतो आणि आपलं भावनिक संतुलन ढळतं.

आंतरिक खोटेपणापासून दूर राहण्यासाठी पुढील प्रश्नाचा उपयोग करावा. हा केवळ एक प्रश्न नाही, तर शक्तिशाली मंत्र आहे. यासाठी आपल्याला केवळ स्वतःशी खरं बोलायचं आहे. यापुढे कोणत्याही भावना उफाळून आल्या, मन बडबड करू लागलं, किंवा काही बहाणे देऊ लागलं, तर स्वतःला प्रश्न विचारा, **'जे मिळालं आहे, ते किती किलोचं (वजनाचं) आहे?'**

हा प्रश्न कदाचित तुम्हाला थोडासा अजब वाटेल. तरी, आता आपण या प्रश्नाची गहनता जाणू या.

जीवनात आपल्याला काय काय मिळतं, यावर थोडा विचार करा. दुःख मिळतं, सुख मिळतं, वेदना होतात, चांगल्या-वाईट भावना निर्माण होतात, चांगली-वाईट दृश्यं पाहायला मिळतात, शब्द-अपशब्द ऐकायला मिळतात, प्रशंसा मिळते, तर कधी टीका होऊन अपमान मिळतो... सदैव असं काही तरी आपल्याला मिळतच असतं. मग हे जे मिळालंय ते किती किलोचं (किती महत्त्वाचं) आहे?

हा प्रश्न विचारून यातील पूर्ण सत्य स्वतःला सांगायचं आहे. ते सांगताना अतिरंजित किंवा कमी करून सांगायचं नाही, तसंच अर्धवटही सांगायचं नाही. थोडक्यात, ते जसं आहे तसंच सांगायचं आहे. उदाहरणार्थ, मन म्हणालं, 'खूपच थकून गेलोय.' तर स्वतःला विचारा, 'ही थकावट किती किलोची आहे, नक्की किती थकलोय... खरंच खूप थकलोय की थोडासा थकवा आहे... कोण थकलंय, कंबर, पाय की हा मानसिक थकवा आहे... थकावट अगदी अल्पशीदेखील असू शकते, कदाचित थोडीशी सुस्ती आलेली असेल. शरीराचे काही अवयव थोडेसे थकलेले असतील आणि मी मात्र 'खूपच थकलोय' असं सांगत आहे.' तेव्हा स्वतःला पूर्ण सत्य सांगा. कारण सत्यवादी सदैव सुखी असतो.

समजा, एखादं दृश्य पाहून तुम्ही त्रस्त झाला किंवा एखादी बातमी ऐकून तुमच्या चेतनेचा स्तर पूर्णपणे खालावला, तर स्वतःला विचारा, 'हे दृश्य अथवा ही बातमी किती किलोची आहे? ही बातमी मला थोडीशी वजनदार वाटतेय खरी, परंतु ती पाच-दहा ग्रॅमचीदेखील असू शकते. माझे विचार तर या बातमीचं वजन वाढवत नाहीत ना...?' अशा प्रकारे प्रश्न विचारत स्वतःला सत्यकथन करायचं आहे.

काही लोक शब्दांमध्ये जास्त गुंततात. उदाहरणार्थ, अमुक असं म्हणाला, पत्नी असं म्हणाली, पती वाईट बोलला, शेजारी अद्वातद्वा बोलला, बॉसने अपशब्द वापरले... कित्येक वेळा काही शब्दांमुळे माणसाला अशी जखम होते, की तो आयुष्यभर ते शब्द विसरू शकत नाही. अशा वेळी स्वतःला प्रश्न विचारा, 'या घटनेतून जे मिळालंय, ते किती किलो आहे?' त्यानंतर वास्तव तुमच्यासमोर येईल आणि तुम्ही म्हणाल, ही तर एकदम किरकोळ बाब आहे. खरंतर तुमचं लक्ष, तुमचे विचार, तुमचा अहंकार या गोष्टीच ही बाब अतिरंजित करून सांगत आहेत.

तुम्ही दुःखी आहात म्हणजेच तुमच्यात नकारात्मक भावना आहेत, ज्यांचं वास्तव्य शरीरात कुठे तरी आहे. आता हे पाहा, की त्या भावना नक्की किती किलोच्या आहेत? त्या शरीराच्या कोणत्या भागात जाणवत आहेत? छातीवर, नाभीच्या वरच्या

बाजूला की माथ्यावर? नेमक्या कोणत्या भागात जाणवत आहेत? स्वतःला सत्य सांगितलं, तर लक्षात येईल, की या भावना अगदी किरकोळ स्वरूपाच्या असून, त्या अस्थायी आहेत. अशा प्रकारे भावनांचा शोध घेऊ लागताच बहुतेक वेळा पाहता पाहता ती भावना विलीन झाल्याचंही तुमच्या लक्षात येईल.

अशा प्रकारे दुःखद भावनाच नव्हे, तर सुख, प्रशंसा, श्रेयप्राप्ती या भावनांकडेही असं पाहिलंत, तर तुमची बेहोशी नष्ट होईल. तुमची त्या भावनांबद्दलची आसक्ती नष्ट होईल. त्यामुळे तुम्ही त्यांच्यात गुंतणार नाही. समजा, एखाद्याने तुमची खोटी स्तुती केली, 'अरे व्वा! किती छान दिसताय तुम्ही... पूर्ण पार्टीमध्ये तुमच्याइतकं चांगलं कुणीही दिसत नाही...' आता हे ऐकताच तुम्ही गर्वानं फुगून जाता. अशा वेळी सजगतेने त्या सुखद भावनांचीदेखील चौकशी करून प्रामाणिकपणे त्यांचं दर्शन करावं. अशा तऱ्हेने तुम्ही त्या भावनेमुळे निर्माण झालेला अहंकार स्पष्टपणे पाहू शकाल.

अशा प्रकारे दिवसभरातील वेगवेगळ्या घटनांमध्ये स्वतःला प्रश्न विचारून तुमची सजगता वाढेल. त्याचबरोबर घटनेचं वर्णन करताना ती वाढवून अथवा कमी करून आणि अतिरंजित करून सांगण्याची सवयही नाहीशी होईल. अन्यथा, मनुष्य घटनेचं अतिरंजित चित्र पाहतो आणि त्याबद्दलच्या भावना कित्येक पटीने वाढवतो. असं करून तो त्याला जे मिळालं नाही, तेदेखील भोगत राहतो. स्वतःतील चांगुलपणा अथवा स्वतःची उन्नती यांचं अतिरंजित वर्णन केल्याने अहंकार वाढतो. या दोन्ही स्थितींतून स्वतःचा बचाव करायचा असेल, तर प्रत्येक घटनेत सत्यवादी बनून स्वतःला प्रश्न विचारायला हवा, 'जे मिळालंय ते किती किलोचं (किती महत्त्वाचं) आहे?'

अध्याय १६

भावना मुक्त करण्याची पाचवी उच्च पद्धत

ध्यान-साधना

समजा, तुम्ही एखाद्या जंगलात एकटे आहात आणि सभोवताली वेगवेगळे प्राणी आहेत. त्यांच्या चालण्याचा, ओरडण्याचा भीतिदायक आवाज तुमच्या कानांवर पडत आहे. अशात भीतीनं तुमची बोबडी वळणं, तुमचा श्वासोच्छ्वास मंद होणं अगदी स्वाभाविक आहे. त्यातच अचानक विजा चमकू लागल्याने प्रकाश पडला आणि तुम्ही एका काचेच्या भल्यामोठ्या जारमध्ये बंदिस्त असल्याचं तुम्हाला जाणवलं. तेव्हा तुम्ही काचेच्या एका मोठ्या बॉक्समध्ये अगदी सुरक्षित होता. बस्स! हे दृश्य पाहताच तुमचं भय कुठल्या कुठे पळून गेलं. कारण आता कोणतंही जनावर तुमच्यापर्यंत येऊ शकत नाही, याची तुम्हाला खात्री होते. अगदी थोड्या वेळापूर्वीच

साप, विंचू तुमच्या दिशेने येत असल्याचं दिसतं होतं. वाघाची डरकाळी ऐकू येत होती. तुम्ही हे सर्व अनुभवत होता. पण, असं घडत होतं तरीदेखील तुम्ही निश्चिंत होता, भयमुक्त होता. ही भीतीच्या भावनांतून मुक्त होण्याची पाचवी पद्धत आहे, जी आपण आपल्या दैनंदिन जीवनात अनुसरायची आहे.

ही शिकण्यासाठी आपण सत्यश्रवण, पठण करायला हवं. त्याचबरोबर काही ध्यानविधींचा अभ्यासही करायला हवा.

ध्यान-साधनेत नेमकं काय करायचं? तर, feel fully and face म्हणजेच पूर्णतेसह त्या भावना जाणायच्या, सर्व भावनांची पूर्णपणे अनुभूती घ्यायची. हळूहळू आपण हे शिकू शकाल. सुरुवातीला छोट्या छोट्या घटनांमध्ये निर्माण झालेल्या भावना पूर्णपणे जाणा, त्यानंतर मोठ्या घटनांमध्ये उफाळून आलेल्या भावनांचा अनुभव घ्या. आपण जेव्हा भावनांची पूर्णपणे अनुभूती करू लागतो, तेव्हा आपल्याला त्या भावनांपासून मुक्ती मिळू लागते. एकदा का यांतून मुक्ती मिळाली, तर जीवनात अपयशाला कोणतंच स्थान उरत नाही. अन्यथा, अपयशामुळे मनुष्य निराशेनं घेरला जातो. मग ही निराशाच पुढील कार्याच्या अपयशाला जन्म देते, अपयशाला कारणीभूत ठरते. त्यानंतर अशा मनुष्याचं संपूर्ण जीवन निराशा आणि अपयश यांच्या चक्रात अडकून जातं.

या दुष्टचक्रापासून वाचायचं असेल, तर सर्व भावनांची पूर्णपणे अनुभूती घेत राहा. भावना पूर्णपणे नामशेष होत नाहीत, तोपर्यंत हे करत राहायचं आहे. भावना साठून राहणार नाहीत, याकडे बारकाईनं लक्ष द्यायचं आहे. कारण त्यानंतरच भावनांतून पूर्णपणे मुक्ती मिळू शकेल.

सर्व भावना सहजपणे विरून जाव्यात, मुक्त व्हाव्यात, यासाठी ध्यान-साधना करायला हवी. तसंही विश्वातील सर्व लोक दडपून ठेवलेल्या भावना मुक्त करत असतात. कोणी क्रोध मुक्त करतं, कोणी प्रेम मुक्त करतं, तर कोणी वासना मुक्त करत आहे. ध्यानसाधना करत असताना या सर्व भावना अगदी सहजपणे, शिवाय कोणालाही त्रास न होता मुक्त होतात, विलीन होतात. हे ध्यानाचं वैशिष्ट्य आहे.

आपणदेखील आपली कोणती भावना डोकं वर काढत आहे, उफाळून येत आहे, याकडे पाहायला हवं. ज्यावेळी जी भावना उसळून येईल, त्यावेळी ती पूर्णपणे विलीन करावी. जे लोक ध्यान करत नाहीत, त्यांच्यातील भावना सहजपणे विलीन होऊ शकत नाहीत. मग असे लोक त्या भावना मुक्त करण्यासाठी इतर मार्ग शोधतात. मग 'आता मी काय करू... जे मी बोलू शकत नाही ते कसं व्यक्त करू...' अशा विचारांमध्ये अडकतात. अशा विचारांनी गुंतागुंत कमी होण्याऐवजी ती आणखीच वाढत जाते.

ध्यानसाधनेद्वारे अशा प्रकारचे विचार नष्ट होऊन आपण आपल्या भावना अधिक चांगल्याप्रकारे विलीन करू शकाल. चला तर, 'भावना दर्शन ध्यान' शिकून ध्यानसाधना करू या.

भावना दर्शन ध्यान

१. प्रथम डोळे बंद करून सोयीस्कर आसनात स्थिर व्हा. त्यानंतर कोणत्या भावना शरीराच्या कुठल्या भागात जाणवत आहेत, हे डोळे बंद करून एखाद्या दर्शकाप्रमाणे तटस्थपणे, साक्षीभावाने पाहा. पोटाच्या वरच्या भागात, काखेत, छातीच्या वरच्या बाजूला वा छातीच्या मध्यावर, पाठीवर किंवा अन्य ठिकाणी...

२. घटना कोणतीही असो, त्या घटनेकडे केवळ एक दर्शक म्हणून पाहायचं आहे. त्या भावनांबद्दल कोणतीही आसक्ती ठेवू नका.

३. नियमितपणे मौनात बसून ध्यानसाधना केल्यानंतर आपण योग्य पद्धतीने साधना

करायला शिकाल आणि त्यात पारंगतही बनाल.

४. शरीरात ज्या ज्या ठिकाणी भावना जाणवत आहेत, त्यावर लक्ष केंद्रित करा आणि तिथे कोणती अनुभूती येत आहे, तेथे बारकाईने लक्ष द्या. उदाहरणार्थ, एखाद्या ठिकाणी हलकं वाटेल, तर काही ठिकाणी जडपणा असल्याचं जाणवेल, कुठे सुखद भावना असेल, तर कुठे दुःखद. काही ठिकाणी आनंद अथवा खुशीची भावना असेल, तर एखाद्या ठिकाणी भीतीची भावना असेल. काही ठिकाणी मात्र चिंता आणि व्याकुळता दिसून येईल. या भावनांना चांगली- वाईट असं लेबल न लावता, केवळ त्यांची अनुभूती घ्यायची आहे.

५. शरीराच्या प्रत्येक भागाचं निरीक्षण करा. कोणतीही भावना स्थायी म्हणजे कायमस्वरूपी स्थित नाही, तर प्रत्येक भावना ही अस्थायी असल्याची जाणीव या आंतरिक यात्रेमध्ये आपल्याला होईल. उदाहरणार्थ, एखाद्या ठिकाणी काही क्षणांपूर्वी दुःखद भावना होती, मात्र दोन मिनिटांनंतर त्या ठिकाणी ती जाणवत नाही. म्हणजेच आज जी भावना आहे, उद्या तिचा मागमूसही नसेल. आपण केवळ दर्शक बनून साक्षीभावाने या भावनांकडे पाहायचं आहे.

६. आंतरिक आणि बाह्य घटनांनी प्रभावित न होता भावना जाणत राहा. काही वेळाने हळूहळू डोळे उघडा. डोळे उघडल्यानंतर काही वेळ याच अवस्थेत राहून पुढचं कार्य करा.

ध्यानसाधनेद्वारे आपण भावनांतून मुक्त व्हायला शिकतो. त्याचबरोबर आपण स्रोतासमीप जातो. स्रोताच्या जवळ जाताच आपल्या भावना विलीन होऊ लागतात. भावना विलीन झाल्या, की आपल्याला मुक्तीची अनुभूती होते.

आपलं दुःखी असणं वा होणं हा खरंतर निसर्गाने तुम्हाला दिलेला संकेत असतो, 'तुम्ही तुमच्या स्रोतापासून (उच्च विकसित अवस्थेपासून) दूर गेला आहात. आता पुन्हा तुम्ही शिवाच्या गंगेखाली या. म्हणजेच पुन्हा योग्य स्थानावर (स्रोतावर) या.' एकदा का आपण परत गंगेखाली आला, की त्वरित आनंदाचा झरा वाहायला सुरुवात होईल. त्यानंतर आपल्याला जीवनात जे हवंय, त्या गोष्टी अगदी 'फ्री फ्लो'मध्ये, मुक्तपणे, अत्यंत सहजतेने आपल्याकडे येऊ लागतील.

ध्यानसाधनेद्वारे बालपणातील भावनांपासून मुक्ती

ज्या ज्या वेळी आपल्या मनात दबून राहिलेल्या, दडून राहिलेल्या भावना डोकं वर काढतील, त्या त्या वेळी मनन करून, ध्यान करून स्वतःला सांगायला हवं, 'माझ्या जीवनात पूर्वी घडलेल्या घटनांचं दुःख वा भय मी आजही घेऊन वावरत असेन, तर आता मला त्या भावना विलीन करायला हव्यात, मुक्त करायला हव्यात.'

लहानपणी घडलेल्या नकारात्मक घटना आणि दबून राहिलेल्या भावना विलीन करण्यासाठी दररोज काही वेळ डोळे बंद करून बसा. त्यानंतर आपल्या शरीरावर ज्या भावना जाणवतात, ज्या साठत जातात किंवा ज्या आत दबून राहिलेल्या आहेत, अशा सर्व भावना 'जाने दो, जाने दो' म्हणून विलीन करा. हे करत असताना यात कुणाचाही दोष नाही, ही समज बाळगा. या वेळी मनात धन्यवादाचा भाव ठेवा आणि आपल्यात दबून राहिलेल्या सर्व भावनांना, 'आता स्वतःबरोबरच मलाही तुम्ही स्वतंत्र केल्याबद्दल धन्यवाद' असं म्हणून धन्यवाद द्या.

आपण 'जाने दो, जाने दो' असं वाणीद्वारे उच्चारायचं आहे आणि मनातल्या मनातदेखील म्हणत राहायचं आहे. त्याचप्रमाणे अगदी हात उंचावूनदेखील हे उच्चारू शकता.

असं केल्याने आपल्या आत ज्या नकारात्मक गोष्टी जमा होऊ लागल्या होत्या, त्यादेखील नाहीशा होतील. त्यानंतर लहान-मोठ्या भावनांना थारा देणं बंद करा. कोणतीही भावना उसळून आली, तरी ती खरी मानू नका. तिची निंदा किंवा वाहवा न करता तिच्याकडे तटस्थपणे पाहायला शिका.

शेवटी बालपणी घडलेल्या घटना आपल्या डोळ्यांसमोर आणून आपले दोन्ही हात आकाशाकडे उंचावून म्हणा, 'या सर्व नकारात्मक घटना मी ब्रह्मांडात सोडत आहे... या घटना कायमस्वरूपी मुक्त करत आहे... मी स्वतःदेखील या घटनांपासून पूर्णपणे मुक्त झालो आहे...' काही वेळ या अवस्थेत राहून नंतर डोळे उघडा.

जोपर्यंत आपण अशा प्रकारच्या सर्व नकारात्मक घटना, दुःख आणि भय यांतून पूर्णतः मुक्त होत नाही, तोपर्यंत हे निरंतरपणे चालू ठेवा. अशा रीतीने आत घर करून राहिलेल्या सर्व गोष्टी योग्य समजेसह सोडून द्या, मुक्त करा. अज्ञानवश आपण जे काही जमा केलं आहे, ज्या कथा बनवल्या आहेत, त्या आत दबून राहिल्याने त्यांचीदेखील मुक्त होण्याची इच्छा असते. इतकंच नव्हे, तर कायमस्वरूपी विलीन

होण्याची इच्छा असते. आपल्या आत दडलेल्या या गोष्टींना अगदी उसळून बाहेर यायचं असतं. त्यामुळे काही शारीरिक पीडादेखील जाणवू शकतात. अशा वेळी त्या शारीरिक पीडांमुळे घाबरून जायचं कारण नाही. यावेळी ही पीडा अथवा वेदना काही काळच जाणवणार आहे, अगदी अल्पकाळच राहणार आहे, हे लक्षात ठेवायचं आहे. त्यानंतर आपण पाहाल, की सकाळी काही वेगळंच जाणवत होतं, तर संध्याकाळी काही निराळीच अनुभूती होत आहे. काल जसं जाणवत होतं, तसं आज अजिबात जाणवत नाही. काही गोष्टी विलीन होत असतात, मुक्त होत असतात म्हणून असं घडत असतं. ही प्रक्रिया निरंतर चालू राहायला हवी.

या दरम्यान 'हे व्हायला किती वेळ लागेल कोणास ठाऊक... हे सर्व कसं होईल... कितीतरी गोष्टी आत साठलेल्या आहेत... त्या पूर्णतः विलीन होणं शक्य आहे किंवा नाही...' अशा विचारांत गुंतू नका. याऐवजी निरंतर वाटचाल करत राहून कार्य चालू ठेवा. म्हणजेच दैनंदिन जीवन चालू असताना सफाईदेखील होत राहावी. दबून राहिलेल्या भावना विलीन करण्याची ही एक अतिशय सुंदर पद्धत आहे.

ज्या मनुष्याला आनंदी राहण्याची इच्छा आहे, त्याने ध्यानसाधनेद्वारे स्वतःच्या भावनांकडे पाहण्याची कला शिकायला हवी. इतकंच नव्हे, तर निरंतर अभ्यास करून हळूहळू या कलेत पारंगत व्हायला हवं. मनुष्याला दिवसभरात अशा अनेक संधी आपोआप मिळत असतात. जो याचं मर्म समजून घेतो, तो प्रत्येक संधीचा अचूक लाभ घेतो.

अध्याय १७

भावना मुक्त करण्याची सहावी उच्च पद्धत

साक्षीदार बना

बालपणापासून अगदी आजपर्यंत वेगवेगळ्या घटनांमुळे ज्या भावना उफाळून यायला हव्या होत्या, त्या आत खोलवर दबून गेलेल्या आहेत. प्रत्येक घटनेमध्ये मनुष्याच्या व्यवहारानुसार त्याच्या शरीरात काही चांगल्या, तर काही वाईट म्हणजेच नकारात्मक भावना उसळतात. मनुष्याला त्याच्या शरीरात निर्माण झालेल्या नकारात्मक भावना आवडत नाहीत. म्हणून या भावना पळवून लावण्यासाठी तो स्वतःच पलायन करतो. कित्येक वर्षं तो या भावना निर्माण होताच त्यांच्यापासून पलायन करत राहतो. त्यामुळे त्या भावना बाहेर येऊन मुक्त होऊ शकत नाहीत. परिणामी, त्या खोलवर दबून जातात. भावनांकडे कसं पाहायचं हे त्याला माहिती नसल्यामुळे तो असं करतो.

आता आपण या भावनांना योग्य पद्धतीने पाहण्याची कला शिकत आहात. त्यामुळे कोणतीही भावना उफाळून येईल, तेव्हा तिच्यापासून पलायन न करता त्या भावनेकडे साक्षीभावाने पाहायचं आहे. आपण जसजसं भावनेपासून पलायन करू लागाल, तसतसं ती हळूहळू अधिकाधिक बलशाली बनत जाते. परंतु, आपण त्या भावनेचा स्वीकार करता, तिच्याकडे साक्षीभावाने पाहू लागता, तेव्हा तिची शक्ती क्षीण होऊ लागते. एखादी नकारात्मक वा त्रासदायक भावना उसळत आहे, हे लक्षात येताच तिच्यापासून पलायन करण्याऐवजी, 'अरे, ही भावना तर अधूनमधून येत- जात राहते, ती काही जास्त वेळ राहत नाही. आता पाहू, या वेळी ती किती वेळ राहते ते.' अशा पद्धतीने तिच्याकडे साक्षीभावाने (अनासक्त होऊन) पाहा. अशा रीतीने भावनांकडे पाहू लागलात, की ती भावना शरीराच्या कोणकोणत्या भागांत जाणवत आहे, हे पाहण्यातही आपण सक्षम बनाल.

खरंतर आपलं शरीर भावनांच्या माध्यमातून आपल्याशी संवाद साधत असतं. यासाठीच आपल्याला भावनांकडे पाहायला शिकायचं आहे. मग भलेही त्या आपल्याला आवडोत वा न आवडोत.

उदाहरणार्थ, घरातील एखादा लहान मुलगा चित्र काढतो आणि आपल्याकडे येऊन आपण ते पाहण्याचा हट्ट धरतो. त्या वेळी आपण इतर कामांत असता म्हणून त्याला म्हणता, 'आता मी कामात आहे, थोड्या वेळाने पाहतो.' हातातील काम संपल्यानंतर आपण ते चित्र पाहता. एकूणच आपल्याला ते चित्र आवडलेलं नसतं. कारण अद्याप

त्याच्यात चित्र काढण्याचं कसब आलेलं नसतं. अगदी आडव्या तिडव्या कशाही रेघा मारून तो चित्र काढत असतो. तरीदेखील त्या मुलाच्या दृष्टीने ते चित्र अतिशय सुंदर असतं, महत्त्वाचं असतं. म्हणून आपण ते चित्र अगदी बारकाईनं न्याहाळल्यासारखं करत, 'अतिशय सुरेख चित्र काढलंस तू,' असं म्हणत त्याला शाबासकी देता.

अगदी अशाच प्रकारे आपण शरीरात उसळून आलेल्या भावनांकडेदेखील पाहायचं आहे. ती भावना जशी आहे, तसंच तिच्याकडे पाहायचं आहे. तिच्यावर चांगलं अथवा वाईट असं शिक्कामोर्तब करायचं नाही. कारण वेगवेगळ्या परिस्थितीत वेगवेगळ्या भावना निर्माण होणं ही सामान्य बाब आहे. कोणतीही भावना उफाळून येताच आपण तिच्याकडे साक्षीभावाने पाहू लागाल, तर ती त्रासदायक ठरणार नाही. आपण आपल्या भावनांकडे साक्षीभावाने पाहण्याच्या कलेत प्रावीण्य मिळवायचं आहे, जेणेकरून त्या आपल्या आत दबून राहू शकणार नाहीत. मग या भावना विलीन करून आपण नेहमी आनंदी राहायचं आहे.

विचारांच्या दबावाकडे साक्षी बनून पाहा

नकारात्मक विचार साधारणतः दुःख आणि अपराधबोध निर्माण करतात, त्यामुळे मनुष्य त्रस्त होतो. म्हणून जेव्हा असे विचार येतील, तेव्हा स्वतःला विचारा, 'या विचारांचा परिणाम शरीराच्या कोणत्या भागात जाणवत आहे?' त्यानंतर या विचारांमुळे शरीराच्या कोणत्या भागावर दुःखद भावना अथवा दबाव जाणवत आहे, याचंही बारकाईनं निरीक्षण करा. ही भावना नाभीवर जाणवत आहे, की छातीच्या खालच्या बाजूला; खांद्यांवर जाणवत आहे की डोळ्यांवर, हे पाहा. शरीराच्या ज्या भागावर हा दबाव जाणवत आहे, त्याकडे साक्षीभाव ठेवून पाहायचं आहे.

जो विचार आपल्या आत दबलेला असतो, तो डोकं वर काढत असतो, त्याकडे केवळ साक्षीभावाने पाहिलं, की तो विलीन होईल. विचारांकडे साक्षीभावाने पाहणं ही एक कला आहे, जी आपल्याला साधायची आहे. बहुसंख्य लोक अशा विचारांपासून पलायन करतात. ज्या-ज्या वेळी असं घडतं, तेव्हा लोक टीव्हीचे कार्यक्रम पाहतात; कधी वर्तमानपत्र वाचतात, तर कधी एखाद्या व्यसनात गुंग होण्याचा प्रयत्न करतात. वास्तविक यामुळे ते विचार अधिक तीव्र होऊ लागतात. म्हणून त्यापासून पलायन करण्याचा प्रयत्न करू नये. केवळ त्या विचारांकडे साक्षीभावाने पाहायला हवं.

अशा विचारांपासून पळ काढण्याऐवजी त्यांना निमित्त बनवून पुढे मार्गक्रमण

करा. परंतु, त्यासाठी अशा विचारांचा शरीराच्या कोणकोणत्या भागांवर परिणाम जाणवत आहे, हे आपण बारकाईनं पाहायला हवं. त्याशिवाय या विचारांना निमित्त बनवणं शक्य होणार नाही. म्हणून आपण विचारांकडे साक्षीभावाने, ते जसे आहेत तसंच त्यांच्याकडे पाहायचं आहे.

एखाद्या विचाराची तीव्रता जास्त असल्यामुळे आपल्याला त्याकडे साक्षीभावाने पाहणं शक्य होणार नाही. अशा वेळी स्वतःला सांगा, 'या विचारांना मी एका डब्यात टाकत आहे आणि तो डबा ब्रह्मांडात सोडत आहे.' अशा विचारांना रंग, आकार इत्यादी देऊन ते डब्यात भरून ब्रह्मांडात सोडत असल्याची कल्पना करायची आहे. असं केल्यानंतर त्या विचारांचा जो दबाव आला होता, तो नाहीसा झाल्याचं, त्यातून मुक्ती मिळाल्याचं आश्चर्य आपल्याला पाहायला मिळेल.

जोपर्यंत विचारांकडे योग्य रीतीने पाहण्याची कला अवगत होत नाही, आपण सापाला शिडी बनवण्याची कला शिकू शकत नाही, तोपर्यंत अशा वेगवेगळ्या पद्धतींचा वापर करत राहा. त्याचबरोबर अशा विचारांशी लढायचं नाही, त्यांना विरोधही करायचा नाही, किंवा 'असं का झालं, माझ्यासोबत असं व्हायला नको' वगैरे प्रतिक्रियाही व्यक्त करायची नाही, हे पक्कं लक्षात ठेवायचं आहे. तो विचार किंवा त्या विचाराने आलेला दबाव शरीरावर असेल, तर त्याचा स्वीकार करून त्याकडे साक्षीभावाने पाहण्याने तो विलीन होऊ शकतो, याची स्वतःला आठवण द्यायची आहे.

उदाहरणार्थ, आपण लॅपटॉपचा वापर करतो. त्यावर काम करताना वारंवार एखादी विंडो पॉपअप होत असेल, तर ती बंद करण्याचा उपाय आपण शोधून काढतो. अगदी अशाच प्रकारे आपण शरीराचादेखील वापर करत आहोत. त्याच्यात निर्माण होणारा दबाव नष्ट करण्याचीदेखील एक पद्धत आहे. ती म्हणजे विचारांकडे योग्य पद्धतीने पाहणं. आपल्याला अशा अन्य रचनात्मक पद्धतींचा उपयोग करता यायला हवा.

समस्यांकडे साक्षी बनून पाहा

आपलं मन ज्या ज्या वेळी समस्यांच्या (नकारात्मक) विचारांना विरोध करतं, तेव्हा ते विचार टिकून राहतात. म्हणून जेव्हा अशा प्रकारचे विचार येतील, तेव्हा सर्वप्रथम त्यांचा स्वीकार करा, त्यांना अनुमती द्या. त्यानंतर या विचारांचा (इमोशनचा) परिणाम शरीराच्या कोणत्या भागावर होत आहे याचं बारकाईने निरीक्षण करा. इथे परिणामाचा अर्थ, शरीराच्या एखाद्या भागावर दबाव अथवा तणाव येणं, नकारात्मक

भावना जाणवणं, असा आहे. या दबावावर, भावनेवर चांगलं-वाईट असं कोणतंही लेबल न लावता आपल्याला केवळ ती भावना जाणायची आहे.

कित्येक वेळा मनुष्य या भावना पाहू इच्छित नाही. अशा वेळी त्या भावना वारंवार डोकं वर काढतात. त्या भावना विलीन व्हाव्यात यासाठीच त्यांच्याकडे साक्षीभावाने पाहायला शिकणं गरजेचं आहे. सर्वांसाठी हे अतिशय महत्त्वाचं पाऊल आहे. आपल्या आत अशा काही भावना असतात किंवा काही घटनांबद्दलच्या स्मृती आत दबून राहिलेल्या असतात, कधी कधी त्या अचानक उफाळून येतात. आपण त्या भावनांकडे साक्षीभावाने पाहू लागाल, तर हळूहळू त्या विलीन होऊ लागतील. बहुसंख्य लोक त्या भावना आत दाबून ठेवतात किंवा त्या भावनांमुळे आलेला राग, उद्वेग इतरांवर काढतात. त्या भावनांमुळे दुःखी होऊन काहीकाळ त्यापासून दूर राहण्याचा प्रयत्न करतात. परंतु, असं केल्याने त्या समस्येचं निराकरण होण्याऐवजी ती अधिकच उग्र बनते.

आपण एखाद्या खोडकर मुलाकडे जसं अगदी शांतपणे, कोणतंही लेबल न लावता पाहतो, तसंच समस्यांच्या या भावनांकडे पाहायला हवं. असं पाहण्याने त्या भावना हळूहळू विलीन होऊ लागतील. आपण हे करू शकलात, तर पुढच्या वेळी जेव्हा अशी भावना निर्माण होईल, तेव्हा त्या भावनेची तीव्रता पहिल्यापेक्षा कमी झालेली आढळून येईल. अशा प्रकारे हळूहळू आपण या भावनेतून कायमस्वरूपी मुक्त व्हाल.

भावना मुक्त करण्याची सातवी उच्च पद्धत

स्वतःला शरीर समजू नका

मनुष्याच्या शरीरात निर्माण झालेल्या भावना त्याच्यासाठी त्रासदायक ठरतात. त्याचं मुख्य कारण म्हणजे, मनुष्य स्वतःला शरीर मानून जगत असतो. वास्तवात आपण जे आहोत (सेल्फ, चैतन्य), ते तर आधीपासूनच मुक्त आहे, त्यामुळे त्याला कोणतीही भावना त्रस्त करू शकत नाही. ही मूळ बाब लक्षात आली, तर सर्व त्रास आणि भावना एकाच वेळी विलीन होऊ शकतात.

भावना केवळ शरीराशी निगडित असतात, वास्तवात आपण जे आहोत (सेल्फ, चैतन्य), त्याच्याशी त्या निगडित नसतात. शिवाय, या भावना शरीरावरदेखील स्थायी स्वरूपात नसतात. कारण दररोज कितीतरी वेगवेगळ्या भावना शरीरात निर्माण

होतात, तसंच त्या विलीनही होतात. त्यांचं येणं-जाणं सुरूच असतं. अगदी आपल्या जन्मापासून ते आजतागायत निर्माण झालेल्या भावनांची मोजदाद केली, तर त्यांची संख्या कोट्यवधींच्या घरात जाईल. कारण त्या अव्याहतपणे येत-जात असतात. त्या थांबतही नाहीत आणि स्थायीही नसतात. ही बाब पूर्णपणे समजून घेण्यालाच परिपक्कता, असं म्हटलं गेलं आहे.

मुलं परिपक्क बनली, की बांगड्यांचे तुकडे, कागदाचे तुकडे जमा करून खिशात ठेवायचं बंद करतात. त्याचप्रमाणे आपण भावनिकरीत्या परिपक्क बनल्यानंतर स्वतःलाच सांगाल, 'मला या भावनांमध्ये अडकायचं नाही, त्यांच्यात वाहवत जायचं नाही. भावना डोकं वर काढतायत तर काढू दे, जातायत तर जाऊ दे.' मनुष्याची निवड अशी असायला हवी. कारण, तीच त्याच्यासाठी लाभदायक आहे.

मात्र मनुष्य विचार करतो, 'शरीरात या या प्रकारची जाणीव झाली, तरच ते माझ्यासाठी चांगलं आहे.' असा विचार करून तो एक तर त्या भावना पळवून लावण्याचा प्रयत्न करतो, किंवा त्यांपासून स्वतः पळ काढण्याच्या नादात व्यसनांमध्ये गुरफटतो. भावनांशी लढणं, त्यांना पळवून लावण्याचा प्रयत्न करणं म्हणजे कुत्र्याचं शेपूट सरळ करण्याचा प्रयत्न करण्यासारखंच आहे. असं काम करण्यात काहीच अर्थ नाही. आपण आजपर्यंत असं करत आला असाल, तर ते त्वरित बंद करा. या गोष्टी

कशा बंद करायच्या, ते आपण पुढील उदाहरणाद्वारे समजून घेऊ या.

समजा, आपण एखादं अशक्यप्राय कोडं सोडवत आहात आणि 'या कोड्याचं उत्तर न शोधणं हेच याचं उत्तर आहे,' असं एखाद्याने आपल्याला सांगितलं, तर आपण लगेच त्या कोड्याचं उत्तर शोधणं बंद कराल. भावनांबाबतदेखील हेच लागू होतं. भावनांशी लढणं अर्थहीन आहे, याची जाणीव झाल्यानंतर आपला संघर्ष त्वरित बंद होईल. अन्यथा, आपण एखाद्या कामात अतिशय व्यग्र आहात... बसच्या तिकिटासाठी रांगेत उभे आहात... ऑफिसमधील कामाचा ढीग उपसत आहात... अशा वेळीदेखील आपला एखाद्या भावनेशी संघर्ष चालूच असतो. वास्तविक याची काहीही आवश्यकता नव्हती. ज्या समस्येवर उपाय मिळणारच नाही, त्याचा उपाय शोधत राहणं, हा निव्वळ मूर्खपणा आहे.

मनुष्याला जोपर्यंत या वास्तवाची जाणीव होत नाही, तोपर्यंत तो हे मान्य करत नाही. शरीरावर जाणवणाऱ्या भावनांशी झुंजायचं नाही, त्यावर उपाय शोधायचा नाही, असं त्याला सांगितलं, तर तो उत्तर देतो, 'माझ्या शरीरात काय होतंय, हे तुम्हाला माहीत नाही. माझं दुःख मीच जाणतो.' मनुष्य जेव्हा भावनेकडे पाहण्याची कला शिकतो, तेव्हाच या वास्तवाचा त्याला बोध होतो.

आपण शरीरावर उफाळून आलेल्या भावनांना विलग होऊन साक्षीभावाने पाहायचं आहे. आपण ज्याचा वापर करतो, त्या शरीररूपी यंत्रावर भावना उफाळून आलेल्या आहेत. वास्तवात आपण जे आहोत त्यावर आलेल्या नाहीत, ही समज बाळगायची आहे. शरीर केवळ एक उपकरण आहे. त्यासाठी आता स्वतःलाच प्रश्न विचारा, 'भावना उफाळून आल्यानंतरदेखील माझं हे यंत्र काम करू शकतं का?' या प्रश्नाचं उत्तर येईल, 'होय. करू शकतं.' त्यानंतर मनोशरीर यंत्राला डोळे बंद करून काही मिनिटं बसवा. त्यावेळी ज्या भावना जाणवतील त्यांचं दर्शन मनोशरीर यंत्राला घडवा. त्यानंतर शरीराला सांगा, 'ही भावना तुला वाटते तितकी मोठी नाही, खूपच छोटी आहे.' ही कला आपण शिकायची आहे.

पावसाळ्यात एक दृश्य बऱ्याच वेळा पाहायला मिळतं. कोणी तरी ओरडतो, 'अरे... साप... साप...' पण तिथे जाऊन पाहिलं, तर आपल्या लक्षात येतं, हा काही भलामोठा साप नव्हे, तर अगदी छोटासाच आहे. म्हणजे सापाचं पिल्लूच! असा साप केवळ पावसाळ्यातच दिसतो. तो पाण्यात राहतो आणि विषारीही नसतो. हे पाहून

आपल्या लक्षात येतं, की जो माणूस भीतिपोटी 'साप... साप..' असं ओरडत होता. वास्तविक त्याने इतकं घाबरण्याची काहीच आवश्यकता नव्हती. कारण तो साप काही फार मोठा नव्हता आणि विषारीही नव्हता. घाबरून ओरडणाऱ्या मनुष्याला वास्तवाची जाणीव झाल्यानंतर तो याला विशेष महत्त्व देणार नाही.

अगदी याचप्रमाणे आपणही भावनांना अवास्तव महत्त्व देऊ नका. ही भावना तर अगदी क्षुल्लक आहे, याची जाणीव झाल्यानंतर आपण निश्चय करता, 'मी जे काम करत आहे, ते या भावनेमुळे थांबवणार नाही. कारण ही भावना इतकी मोठी नाही, ज्यामुळे मी हाती घेतलेलं काम थांबवावं. एखादी भावना उसळून आली असतानादेखील हे काम होऊ शकतं. एखादा निर्णय जर घ्यायचा असेल, तर तो घेतला जाऊ शकतो.'

समजा, आपण मंदिरात जात असाल आणि त्या वेळी एखाद्या भावनेनं डोकं वर काढलं तरीदेखील तुम्ही मंदिरात जाऊ शकता. एखाद्याला काही मदत करायची असेल, तर तीही करू शकता. कोणतीही भावना आपल्याला यापासून रोखू शकत नाही. कारण तिचा प्रभाव तर शरीरावर आहे, आपल्यावर नाही. शरीर त्याचं काम करत राहील, आपणही आपलं काम करत राहायचं आहे. शरीर त्याच्या पद्धतीने त्या भावना विलीन करण्यात गढून जाईल आणि आपण आपलं काम पूर्ण करण्यावर लक्ष केंद्रित करायचं आहे. भावना विलीन करण्याच्या कामात आपण जर शरीराला मदत करू इच्छित असाल, तर दीर्घ श्वसन करा, आराम करा, ध्यानात बसा. ज्यावेळी जे शक्य आहे, ते अवश्य करा. आपण असं करताच भावनेमुळे कोणतंही काम अडून राहणार नाही. सर्व काही सहजतेने होत आहे, हे आपल्याला दिसून येईल. यापूर्वी जसं जीवन चाललं होतं, तसंच आतादेखील चालू राहील. भावना उसळून येत आहेत, जात आहेत आणि आपलं कामदेखील पूर्ण होत आहे. भावना त्यांच्या प्रवाहानुसार येत-जात राहतील. आपण त्या दाबूनही टाकायच्या नाहीत किंवा त्यांचा उद्रेक झाला, तर तो रागही इतरांवर काढायचा नाही. एकदा ही कला आत्मसात होताच आपल्या जीवनात याचा सकारात्मक परिणाम दिसून येईल.

पण, मनुष्य ही कला अवगत करण्याऐवजी भावनेत वाहवत जातो आणि म्हणतो, 'या भावनेनं डोकं वर काढू नये, ती भावना उसळू नये.' परंतु भावना तर उफाळून येतच राहतात आणि मनुष्यही त्यांच्याशी संघर्ष करत राहतो, झुंज देत राहतो. कुत्र्याचं शेपूट सरळ करण्याचा निष्फळ प्रयत्न करत राहतो. यातून काहीही साध्य होत नाही, उलट स्वतःलाच त्रास होतो. एखाद्या दिवशी भावनेशी झुंज देण्यात आपण यशस्वी ठरलो,

अथवा कुत्र्याचं शेपूट सरळ करण्यात आपल्याला खरोखर यश मिळालं, तरीही त्यातून फार मोठा चमत्कार घडत नाही, काही निष्पन्न होत नाही. कारण त्यानंतरदेखील कुत्रा हा कुत्राच राहील आणि भावना भावनाच राहतील, त्यांचे गुणधर्म बदलणार नाहीत. म्हणजे कुत्र्याला काठी घेऊन हाकललं तरीदेखील तो पुनःपुन्हा येत-जात राहणार. आपण जर या वास्तवावर प्रामाणिकपणाने मनन केलं, तर भावनेशी संघर्ष करणं व्यर्थ आहे, ही बाब आपल्याला प्रकर्षाने जाणवेल. एखादी भावना उसळून आल्यानंतरदेखील आपलं वर्तन पूर्वीसारखंच असेल, तर याचा काय उपयोग?

वास्तविक भावना म्हणजे निसर्गाने आपल्याला फीडबॅक देण्यासाठी केलेली व्यवस्था आहे. निसर्ग आपल्याला भावनेमार्फत त्याचा फीडबॅक देतो. म्हणून आपण त्यात कुठल्याही उणिवा अथवा त्रुटी दर्शवू नयेत. त्याचबरोबर भावनेसंबंधी मनोकल्पना करून त्यानुसार त्यांच्याकडे पाहू नये. एखाद्याने आपल्याला प्रसाद दिला आणि त्यात खडा असल्याचं दिसलं, तरी त्यात भुसा मिसळून फ्रिजमध्ये ठेवून द्या आणि म्हणा, 'हा प्रसाद रात्री खाऊ या.' अशा वेळी समोरचा आपल्याला विचारेल, 'अहो, हे काय करत आहात तुम्ही? प्रसादात खडा दिसतोय आणि त्यात वरून भुसा टाकत आहात, असं का करताय?' हे तर असं झालं, की शरीरात एखादी भावना उसळून आली आणि आपण त्यावर कल्पना करत बसता, कथा बनवता. हा विचार करून, की जेव्हा वेळ मिळेल तेव्हा ते सर्व पुन्हा आठवता यावं, दुःखी गीत गाता यावं, 'क्या से क्या हो गया.' या विचाराने ती भावना जतन करून ठेवता.

वास्तविक हे सर्व करण्याची काहीच गरज नसते. आपल्याला भावनेकडे केवळ साक्षीभावानं म्हणजेच अनासक्त होऊन पाहायचं आहे. त्या वेळी आपण एखादी कविता लिहीत असाल, तर त्यात काहीही वावगं नाही. उलट भावनांचा डोंब उसळल्यानंतर त्या कवितेला आणखी रंगत येऊ शकेल. याचाच अर्थ तुमच्याकडून दर्जेदार कविता तयार व्हावी, यासाठी निसर्गाने केलेली ही जणू व्यवस्थाच आहे.

तुम्ही कविता लिहीत आहात आणि त्याच वेळी एखाद्या भावनेनं डोकं वर काढलं व ती भावना तुम्हाला म्हणाली, 'तुम्हाला नोकरीतून काढून टाकण्यात येईल.' तर त्यावर तुम्ही म्हणायला हवं, 'एकीकडे नोकरी जाणं आणि दुसरीकडे ही कविता! पाहू या आता दोन्हीमुळे नवीन काय समोर येतंय ते!' म्हणजेच प्रथम आपण कविता लिहिण्याचं काम पूर्ण कराल आणि त्यानंतर नोकरीसंबंधी जे पाऊल उचलणं योग्य असेल, ते उचलाल.

कविता लिहिण्याचं काम वा अन्य कोणतंही काम भावनेमुळे थांबता कामा नये. कारण ते काम आपल्या आनंदाच्या अभिव्यक्तीशी निगडित आहे.

शरीररूपी आरशाचा उपयोग करा

शरीरात गुंतून जाण्यापासून वाचायचं असेल, तर स्वतःला सांगायला हवं, 'मी माझ्या शरीररूपी आरशाचा योग्य तोच उपयोग करेन.' एखाद्या भावनेमुळे हा आरसा गरम झाला आणि आपण त्याच्यासमोर उभे राहिलो, तर आपल्याला आपला चेहरा दिसेल. आरसा गरम झाल्यानंतरदेखील स्वदर्शन शक्य होईल. कारण आपण त्या आरशापासून थोडंसं दूर उभे राहाल. एखाद्या वेळी आपल्या शरीरात क्रोधाग्नी भडकला म्हणजे आपला आरसा गरम झाला, तरीही तो आपल्याला आपलं दर्शन घडवू शकतो. 'क्रोधाने भरलेलं शरीर असो अथवा विचारांनी भरलेलं असो, अशा स्थितीतदेखील मला माझं दर्शन करायचं आहे,' ही बाब त्या वेळी आपल्या स्मरणात असायला हवी.

आपण ध्यानाला बसतो तेव्हा आपलं मनोशरीर यंत्र असंख्य विचारांनी भरलेलं असतं. त्या वेळी आपल्या आत नाना प्रकारचे विचार चालू असतात. अशा वेळी स्वतःला आठवण द्यायची आहे, 'या विचारांनी माझ्या आरशात थैमान घातलंय, माझ्यात नाही. कारण मी तर या आरशासमोर उभा आहे.' इथे आपलं शरीर म्हणजे आरसा आहे, ज्यात विचार, रक्त, श्वासोच्छ्वास अशा विविध गोष्टी कार्यरत असतात. परंतु या आरशासमोर जो उभा आहे (सेल्फ, चैतन्य) त्याच्यात कोणताही विचार नसतो. तीच तर निर्विचार अवस्था असते. येथूनच सर्व काही जाणलं जात असतं. मात्र, लोकांना याचं पुरेसं ज्ञान, याबद्दलची पूर्ण समज नसल्याने लोक साक्षीभावापर्यंतच मजल गाठू शकतात, त्याच्या पुढे जाऊ शकत नाहीत. वास्तविक स्वसाक्षी बनणं हाच साक्षी बनण्याचा मूळ उद्देश आहे. स्वस्वाक्षी म्हणजे 'स्व'चा साक्षी बनणं, 'स्व'चं दर्शन करणं.

साक्षीपासून स्वस्वाक्षी बनण्याचा प्रवास ही वास्तविक बुद्धीपासून हृदयापर्यंतची यात्रा आहे. म्हणजेच हेडपासून हार्टपर्यंतची यात्रा आहे. म्हणून आरशात म्हणजेच शरीरात क्रोध असो, विकार असो अथवा विचार, आरसा हा आरसाच राहणार. तो आपल्याला आपलं दर्शन घडवू शकतो. केवळ ही बाब आपल्या आठवणीत राहण्याची आवश्यकता असते.

आपल्या आयुष्यात कोणतीही घटना घडते तेव्हा आपलं शरीर भावनांनी व्यापून

जातं. अशा वेळी बराच काळ आत दबून राहिलेल्या भावना उफाळून बाहेर येऊ लागतात. परिणामी, आपण त्या भावनांशी इतके आसक्त होता, की संपूर्ण जीवन दुःखात व्यतीत करता. परंतु जसजसं आपण 'स्व'वर स्थलांतर कराल, म्हणजेच सेल्फवर लक्ष केंद्रित कराल, तसतसं आपल्यात दबा धरून बसलेल्या भावना विलीन व्हायला सुरुवात होईल आणि सर्व भावनांचे बंध खुलू लागतील.

अंतिम सत्याची समज मिळाल्यानंतर शरीराकडे पाहण्याचा आपला दृष्टिकोन बदलतो आणि आपण स्वतःच्या शरीरापासून वेगळं होऊन त्याकडे पाहू लागतो. मग आपण म्हणतो, 'या भावना माझ्या शरीरात असोत वा नसोत, त्याने माझ्या मूळ अस्तित्वाला काहीही फरक पडत नाही.' त्यानंतर 'शरीरावर भावना उसळून येणं अथवा न येणं किंवा त्यांचा स्वतःवर प्रभाव न पडणं हा मुक्तीचा संकेत आहे,' या चुकीच्या धारणेतून मुक्त व्हाल.

वेगवेगळ्या वातावरणात शरीरात वेगवेगळ्या गोष्टी सक्रिय होतात, त्यामुळे आपल्याला निरनिराळ्या गोष्टींची अनुभूती होते. उदाहरणार्थ, कधी हातापायांवर दबाव जाणवेल, तर कधी पाठीवर तणाव जाणवेल. परंतु, आपल्याला त्यांपासून मुक्त होण्याची आवश्यकता नाही. प्रकृतीनुसार हे होत राहील. अशा वेळी मनाला यांपासून मुक्त होण्याची इच्छा होते आणि ते अशा बाबींना वारंवार विरोध करू लागतं. वास्तविक आपण मनाला ही इच्छा सोडण्यासाठी उद्युक्त करायचं आहे. धारणांसंबंधींच्या भावना आणि विकारांमुळे म्हणजेच तिरस्कार आणि ईर्षा इत्यादींमुळे निर्माण होणाऱ्या भावना कशा हाताळायच्या हे आता आपण जाणणार आहोत. 'सर्वांना सर्वकाही मिळतं, परंतु मलाच मिळत नाही. समोरचा माझ्यापेक्षा वेगळा आहे म्हणूनच कदाचित असं घडत असावं' असं मनुष्याला वाटतं. त्यामुळे तिरस्कार, ईर्षा यांसारखे विकार मनुष्यात जागृत होतात. या धारणा नष्ट होणं हाच मुक्तीचा अर्थ आहे. शरीरप्रकृतीनुसार; वात, कफ, पित्त या त्रिदोषांनुसार शरीरात काही ठिकाणी संवेदना जाणवणं, काही ठिकाणी तणाव जाणवणं, काही भागात दबाव जाणवणं अशा गोष्टी होतच राहणार. आपण केवळ यांना विरोध करण्यापासून दूर राहायचं आहे. अशा वेळी 'हे घडो अथवा न घडो, याने काहीही फरक पडत नाही,' ही समज बाळगायची आहे. यालाच खऱ्या अर्थाने मुक्त होणं म्हटलंय.

शरीरावर कुठलीही संवेदना, तणाव, दबाव, तरंग निर्माण होऊच नये, ही जर मुक्तीची परिभाषा असती, तर मुक्ती अशक्यप्राय बाब ठरली असती. शरीरावर हे सर्व

घडत असतानाही जी मुक्ती शक्य आहे, त्या मुक्तीबद्दल इथे सांगितलं जात आहे. विचार अथवा भावना सकारात्मक असोत वा नकारात्मक, तरीही मुक्ती शक्य आहे. जोपर्यंत या बाबींचं पूर्णपणे आकलन होत नाही, तोपर्यंत मुक्ती प्राप्त करणं शक्य नाही. त्यासाठीच ही बाब वारंवार समजून घ्यायला हवी. या दरम्यान असं होऊ नये, तसं होऊ नये, ही इच्छा मनात जागृत होत राहिली तरी आपण त्यात फसता कामा नये.

या काळात अधूनमधून वेगवेगळ्या भावना उसळून येतील. त्या वेळी 'मी ठरवलं होतं, की भावनांमध्ये अजिबात गुंतायचं नाही, तरीदेखील त्यात गुरफटून गेलोच. मी यासाठी पात्रच नाही.' अशा धारणा निर्माण होतीलही. परंतु, आपण यांना बेडी (बंधन) न समजता राखी (रक्षासूत्र) समजणं हीच खरी मुक्ती होय. आपल्याला ही समज दृढ करायची आहे, की वरील सर्व प्रकार घडतच राहतील, तरीदेखील मुक्ती शक्य आहे. हीच मुक्तीच्या समजेतील निखळलेली कडी (missing link) आहे, जी समजून घेणं अतिशय गरजेचं आहे.

अध्याय १९

भावना मुक्त करण्याची आठवी उच्च पद्धत

जे हवंय त्यावर लक्ष केंद्रित करा

भावना उसळून येतात आणि त्यासरशी मन थोडंसं विचलित होतं. पण भावना शांत झाल्यानंतर मन पुन्हा पहिल्यासारखं म्हणजे भावना उफाळून येण्यापूर्वी जसं होतं तसं बनतं. आपण ज्या शरीराचा उपयोग करतो, त्यात या सर्व गोष्टी घडत असतात. जुन्या आठवणी (मेमरी), मूड, मोसम, आसपासची परिस्थिती यांमुळे या सर्व गोष्टी घडत राहतात. आपण ज्या भावनारूपी सागरातून जात असतो, त्याने उत्सर्जित केलेल्या तरंगांमुळे (रेडिएशनमुळे) शरीरात बदल जाणवतात, हार्मोन्समध्ये बदल घडतो, परिस्थिती बदलते, लोकांचा व्यवहार बदलतो. जे लोक 'आम्ही मदत करू' असं म्हणत होते, ते 'आम्ही मदत करू शकणार नाही' असं म्हणतात. त्यावेळी ही तर सामान्य लहर

आहे, ही समज बाळगायची आहे. जे शरीर घेऊन आपण ही यात्रा करत आहात, त्यात अशा गोष्टी घडणं स्वाभाविक आहे. हे एका उदाहरणाद्वारे समजून घेऊ या.

समजा, आपल्याला हार्मोनियम वाजवण्याची खूप इच्छा आहे, त्यासाठी आपल्याला कोणीतरी हार्मोनियम आणून देतो. त्या वेळी तो मनुष्य आपल्याला सांगतो, 'हे पाहा, हा हार्मोनियम अधूनमधून हलत राहतो, कंप पावतो.'

यावर आपण म्हणता, 'काही हरकत नाही. चालेल.' कारण आपल्याला हार्मोनियम वाजवायचा उत्साह असतो, रियाज करायचा असतो, त्यातून वेगवेगळ्या संगीताची निर्मिती करायची असते, ते ऐकत ऐकत समाधीत जायचं असतं. अशा वेळी आपण म्हणाल, 'हार्मोनियम अधूनमधून डगमगतोय तर डगमगू द्या ना! थोडा थरथरतोय, थरथरू द्या. एवढंच ना! त्याने काही फरक पडत नाही.'

'तुमचा हार्मोनियम हलत राहतो, मला नको तो,' असं आपण म्हणणार नाही. कारण या हार्मोनियमद्वारे आपण कोणतं संगीत वाजवणार आहात, कोणत्या गाण्याला चाल लावणार आहात, हे आपल्याला चांगल्या प्रकारे माहीत असतं. यामुळे कोणतं भजन तयार होणार आहे, त्या भजनाला या संगीताची जोड दिली, तर ते किती मधुर होईल, या विचाराने आपण उत्साहित असतो. या सर्व बाबींचा विचार केल्याने आपण

तो हार्मोनियम वाजवण्यासाठी तयार असता. कधी त्यातून उत्तम संगीत निघतं, तर कधी मध्येच तो थरथरतो, त्यामुळे हार्मोनियम वाजवण्यात थोडासा व्यत्ययदेखील येतो. आपला मोबाइल जेव्हा व्हायब्रेशन मोडवर असतो, तेव्हा एखादा कॉल आला, की त्यात कंपनं निर्माण होतात. आपल्या शरीरातदेखील अशीच कंपनं निर्माण होतात. अशावेळी आपण म्हणाल, 'थोडासा सराव केल्यानंतर हार्मोनियमचं थरथरणं बंद होईल. तो स्थिर राहिला, तर दुधात साखर! कंपनं आहेत तर आपण आपला सराव वाढवू. सरावाने हे सहज साध्य होईल.' आपल्याकडून असं घडलं की आपण यात तरबेज बनाल.

आता आपण जो हार्मोनियम घेऊन आला आहात, तो वाजवतही आहात. तो हार्मोनियम जेव्हा डगमगू लागतो, थरथरू लागतो, त्या वेळी आपण म्हणता, 'आम्हाला तर हे याआधीच सांगितलं गेलंय, त्यामुळे आम्हाला काहीही फरक पडत नाही.' परंतु, काही वर्षांनी आपण हे विसरतो आणि विचार करू लागतो, 'असं व्हायला नको... माझ्याबाबतीतच असं का घडत आहे... ही दुःखद भावना का आली...' इत्यादी.

या विचारांनी जे दुःख निर्माण होतं, त्यापासून पलायन करण्यासाठी आपण व्यसनांमध्ये गुरफटतो, एखाद्यावर ओरडू लागतो. कारण यामुळे हार्मोनियम हलणं, कंप पावणं बंद होतं. मग भावना उसळून आल्या, की इतरांवर ओरडायचं, इतरांना बडबड करायची या गोष्टी सुरू होतात. लोकांना असा शॉर्टकट मिळतो.

आता शरीरात कंपनं सुरू झाल्याने एखाद्याकडून छोटीशी जरी चूक घडली, तरी आपण त्याला रागावू लागतो. कारण तात्पुरती का होईना, यातून आपल्याला थोडीशी उसंत मिळते, तेवढ्या काळासाठी कंपनं बंद होतात. मात्र, हा शॉर्टकट मिळण्यापूर्वी आपण एखाद्याच्या लहानसहान चुकांमुळे त्याच्यावर इतकं ओरडत नव्हता. काही लोकांना तर बडबड करून भावना विलीन करण्याची, इमोशन रिलीज करण्याची सवयच जडून जाते. एखादी भावना उफाळताच ते आजूबाजूच्या लोकांवर ओरडायला लागतात. अशा पद्धतीने भावना विलीन झाल्या, की त्यांना खूप चांगलं वाटतं. कारण स्वतःला किंवा समोरच्याला त्रास न देताही भावना विलीन करता येतात, हे त्यांना कोणी शिकवलेलंच नसतं. त्यामुळे भावना उफाळून आल्या, की लोक नेहमी इतरांना त्रास देतात किंवा स्वतः त्रागा करत राहतात. इतरांची हानी होऊ नये, इतरांना त्रास होऊ नये, असं ज्या लोकांना वाटतं, ते भावना आतल्या आत दाबून टाकतात आणि स्वतः आजारी पडतात.

आपल्याला जर भावनांचं उचित ज्ञान असेल, जाण असेल, तर आपण जीवन

प्रवासात भावना उफाळून आल्या तरीही हा प्रवास हसत हसत सुरू ठेवाल. कारण थोड्या वेळांतच या भावना क्षीण होतील, विलीन होतील, अथवा पूर्णपणे मुक्त होतील, हे आपल्याला माहीत असतं. या भावना आभाळातील ढगांप्रमाणे विखरून जातील आणि आपलं मनरूपी आकाश निरभ्र होईल, साफ होईल. असं का घडेल, तर आपण यापूर्वी भावनांबाबत असं घडलेलं कित्येक वेळा पाहिलेलं असतं. यालाच भावनिक परिपक्वता म्हणजेच इमोशनल मॅच्युरिटी जिला ई.क्यू. असंही म्हटलं जातं. भावनिक परिपक्वता आपण पुढील उदाहरणाद्वारे सविस्तर समजून घेऊ या.

आपण ज्या कातरीचा उपयोग करतो, ती अधूनमधून थरथरू लागते. त्या वेळी 'मी थरथरत आहे' असं आपण म्हणत नाही, तर 'कातरी थरथरत आहे' असं म्हणतो. आपण कातरीने जे कापत आहोत ते चालूच ठेवतो. कातरी जास्तच थरथरू लागली, तर काही काळ काम बंद करतो. तिची थरथर थोडी कमी झाली, की पुन्हा काम सुरू करतो. त्यातूनच आपली सुंदर निर्मिती पूर्ण होते.

वरील उदाहरणात कातरी हे आपल्या शरीराचं प्रतीक आहे आणि जो त्या कातरीचा उपयोग करतोय, तो सेल्फ आहे. शरीर थरथरत असताना म्हणजे भावना उसळून आल्यानंतर शरीर कंप पावत आहे, मी नाही, ही बाब आपल्याला स्पष्टपणे पाहता यायला हवी.

हा गृहपाठ करून जर आपण पृथ्वीवरील हा जीवनप्रवास कराल, तर तो अगदी विनाव्यत्यय, सहजतेने पूर्ण होईल. कारण कातरीमध्ये थरथर होईल, हार्मोनियम (शरीर) कंप पावेल, विमानाला झिणझिण्या येतील. परंतु, हे सर्व माझ्यापासून वेगळं आहे, ही समज असायला हवी. या सर्व गोष्टींचा आपल्यावर काहीच परिणाम झाला नाही, तर लोक आपल्याला विचारतील, 'अरे! आपल्यावर या गोष्टींचा काहीच कसा परिणाम होत नाही? असं कसं शक्य आहे?' त्यावर आपण म्हणू शकाल, 'आम्ही आधीच गृहपाठ केला होता. या सर्व गोष्टी होणार आहेत... भावना डोकं वर काढणार आहेत, हे आम्हाला माहीत होतं. म्हणून आम्ही भावनांपासून विलग होऊन त्यांच्याकडे पाहण्याची तयारी करून आलो आहोत.' आपण जेव्हा भावनांना साक्षी बनून पाहायला शिकाल, तेव्हा थोड्याच वेळात मनातील वादळ शांत झाल्याचं दिसून येईल.

जीवनात कोणतंही दुःख येऊ नये, त्रास होऊ नये, अथवा कोणतीही समस्या निर्माण होऊ नये, अशी सुप्त इच्छा मनुष्याच्या मनात असते. परंतु, अशा वेळी मनुष्याने असा विचार करायला हवा, की या गोष्टी होऊ नयेत, तर का होऊ नयेत? या गोष्टी

घडल्या नाहीत, तर तो काय करेल?

कोणी म्हणतो, 'माझ्या जीवनात कधीही दुःख येऊ नये.' त्यावर त्याला विचारलं, 'कोणतंही दुःख नाही आलं तर तू काय करशील?' उत्तरादाखल तो म्हणाला, 'मग मी लोकांसाठी अमुक कार्य करेन.' त्यावर त्याला सांगितलं गेलं, 'दुःख नाही आलं तर तू जे करणार आहेस, त्याची सुरुवात आताच कर, त्यामुळे दुःख नाहीसं होणं हा तुझ्यासाठी बोनस असेल.'

आपल्याकडे भरपूर पैसा यावा असं वाटत असेल, तर पैसे आल्यानंतर आपण काय करणार आहोत, त्यावर लक्ष केंद्रित करा. 'माझ्याकडे पैसे नाहीत म्हणून मी अमुक करू शकत नाही... मला पैशांची उणीव जाणवता कामा नये' असा विचार करू नये.

त्याऐवजी 'मुबलक पैसे आल्यानंतर मला काय करायचंय, मी विश्वासाठी कोणतं कार्य करणार आहे' यावर विचार करा. त्यानंतर तुम्ही जी निर्मिती करणार आहात, ती करताना मनात कोणते भाव असणार आहेत, त्या भावनेत आजपासूनच राहू लागा. असं केलं तर तुमच्याकडे भरपूर पैसे येतील; परंतु हा पैसा बोनस असेल. तुम्हाला जे काही करायचंय त्याचा पैसे कमी-जास्त असण्याशी काहीही संबंध नाही. वास्तविक मनुष्यानं हा संबंध जोडला आहे. तुमच्या जीवनात पैशांची भूमिका असेल, तर तुमच्याकडे तो कोणत्या ना कोणत्या रूपात सहजपणे येईल. त्यामुळे जीवनाच्या अंतिम चरणात 'मला जसं जीवन जगायचं होतं तसंच मी जगलो' असं म्हणू शकाल.

या उदाहरणाद्वारे आपल्याला ही समज मिळते, की ज्या प्रकारचं जीवन आपल्याला जगायचं आहे, त्यावर आपण लक्ष केंद्रित करायला हवं. ही समज मिळाल्यानंतर आपण तसं जीवन सहजपणे जगू लागाल. त्यासाठी पैसा, गाडी या गोष्टी आपल्याकडे असायला हव्यात की नको, हे निसर्गावर सोपवा, ईश्वरावर सोपवा.

मनुष्यानेच आनंदाचा संबंध पैशांशी जोडला आहे. जगात कितीतरी असे लोक आहेत, ज्यांचं शरीर पूर्वी लोकांना आवडत नव्हतं; परंतु त्यांच्या गुणांचं दर्शन घडल्यानंतर मात्र ते लोक सर्वांना आवडू लागले. प्रत्येक जाती-धर्माचे, काळे-गोरे, उंच-बुटके लोक सर्वांना का आवडू लागले? कारण त्यांच्यात सेल्फची इच्छा पूर्ण होऊ लागली होती. त्यामुळे त्या शरीरांमधून सेल्फचं तेज झळकू लागलं, ईश्वरीय अभिव्यक्ती होऊ लागली.

आपल्याला नेमकं काय हवंय, केवळ हेच ईश्वराला सांगायचं आहे. 'आपण

शरीर नाही' हे स्पष्ट झाल्यानंतर आपल्या इच्छा कोणत्या असतील? आपलं पृथ्वीवरील जीवन कसं व्यतीत होईल? भावनांनी डोकं वर काढलं नाही तर काय होईल? भावना उसळून आल्या नाहीत, तर आपण जे कराल, त्या कर्मावर लक्ष केंद्रित करा. अन्यथा आयुष्यभर लोक 'निराशा असू नये... दुःख असू नये... बोरडम असू नये... क्रोध असू नये...' हीच कामना करत राहतील. परंतु, आता या गोष्टी जीवनात आल्या नाहीत, तर आपण कोणती सकारात्मक निर्मिती कराल, असा प्रश्न स्वतःला विचारा. त्यानंतर 'माझ्या जीवनात अमुक घडावं' यासाठी प्रार्थना सुरू करा. ही बाब अधिकाधिक लोकांना समजली, तर त्याचा परिणाम पृथ्वीवरील सर्व लोकांवर, सर्व जीवन-प्रवाशांवर होईल.

आजपर्यंत आपण पूर्वीच्याच पद्धतीने भावना विलीन करत होता. आता भावना उफाळून आल्यानंतर नेमकं काय करावं, याच्या नवनवीन पद्धती जाणल्या आहेत. त्याचबरोबर आपल्याला नवीन समजही प्राप्त झाली आहे. तेव्हा ही समजच आपल्याला खरा मार्ग दाखवेल.

भावनांतून मुक्त होण्याचा खेळ
डायरीत बुद्धिबळ खेळा

मनुष्याच्या जीवनात संभ्रम, व्यग्रता, कष्ट, चिंता, दुःख या गोष्टी जर आल्या, तर अशा वेळी नेमकं काय करावं, हेच त्याला समजत नाही. परंतु त्याच्याकडे या समस्या घेऊन इतर कोणी आलं, तर तो त्या मनुष्याला अथवा मित्राला अगदी सहजपणे सल्ला देतो, त्यावरील उपाय सांगतो. कारण तो त्या समस्येशी आसक्त नसतो. आपल्यालादेखील हीच कला अवगत करायची आहे.

प्रत्येक वेळी तुम्ही तुमचं दुःख वा त्रास इतरांना सांगून त्यापासून मुक्त होऊ शकत नाही. यासाठी तुम्ही कोणत्याही परिस्थितीशी दोन हात करण्याची तयारी ठेवायला हवी. सल्ला देणारा आणि मागणारा या दोन्ही भूमिका तुम्हाला बजावायच्या आहेत. पुढील उदाहरणाद्वारे ही बाब व्यवस्थित समजू शकेल.

समजा, तुम्ही कॅरम अथवा बुद्धिबळ खेळत आहात. या वेळी एका बाजूने तुम्ही खेळत आहात आणि प्रतिस्पर्धी म्हणूनही त्याची खेळी तुम्हीच करत आहात. हा खेळ तुम्हाला दोन्ही बाजूंनी खेळायचा आहे, परंतु तो डायरीत खेळायचा आहे.

आता तुमच्या डायरीत एक काळा आणि एक पांढरा असे दोन भाग बनवा. त्यात डाव्या बाजूला काळा आणि उजव्या बाजूला पांढरा भाग घ्या. काळ्या बाजूला काळ्या शाईच्या पेनने भावना लिहा आणि पांढऱ्या बाजूला त्या भावनेवरील उपाय फिकट रंगाची शाई असलेल्या पेनने लिहा. अशा रीतीने तुम्हाला दोन्ही भूमिका साकारायच्या आहेत. अर्थात, भावना लिहिताना तुम्ही स्वतःची भावना लिहायची आहे आणि भावना लिहिणाऱ्याची भूमिका स्वतः साकारत आहोत, असं समजायचं आहे. त्या भावनेचं उत्तर लिहिताना तुम्ही इतरांना या भावनेवरील उपाय सांगत आहात, असं समजायचं आहे. उदाहरणार्थ, एखादी घटना स्वतःसोबत नव्हे, तर इतर कोणाबरोबर तरी झालेली आहे आणि तुम्हाला केवळ त्याला सल्ला द्यायचा आहे. असं करत असताना त्या घटनेपासून तुम्ही एकदम अलिप्त राहायचं आहे. अनासक्त आणि तटस्थ राहून खेळायचं आहे. यालाच 'डायरीत बुद्धिबळ खेळणं' असं म्हटलं आहे.

तुम्ही हा खेळ अगदी प्रामाणिकपणे खेळलात, तर तुम्हाला भावनांविषयी एक नवीन समज प्राप्त होईल. भावनांची डायरीमध्ये नोंद केल्याने भावनांमुळे आलेल्या

तणावातून मुक्त होण्याचा मार्ग तुम्हाला गवसेल. भावनांमुळे आलेलं दडपण दूर करण्याचा उपाय मिळेल.

याचबरोबर एक नवीन ए.बी.सी.डी.देखील लक्षात ठेवायला हवी. यासाठी 'ए'पासून 'एच'पर्यंतच्या मुळाक्षरांचा नवीन अर्थ लक्षात घेऊ या.

* ए – योग्य अधिकाऱ्याशी संपर्क करून भावनांची अठरा स्थानं सजगतेने जाणणं.

* बी – ब्रेथ म्हणजे श्वासोच्छ्वास. श्वासावर लक्ष केंद्रित करणं.

* सी – क्रिएटिव्ह कॉम्प्युटर गेमद्वारे प्रत्येक भावनेचा खेळ समजून घेणं

* डी – दोहोंपासून मुक्ती मिळवणं – स्ट्रेट फॉरवर्ड/स्ट्रेस इनवर्ड

* ई – इमोशनल न होता इमोशन सांगणं, म्हणजेच भावनिक न बनता भावना व्यक्त करणं.

* एफ – फील फुल्ली अॅन्ड फेस म्हणजेच भावनांची पूर्णपणे अनुभूती करणं.

* जी – ग्रेस आणि ग्रॅटिट्यूड म्हणजेच कृपेच्या आणि धन्यवादाच्या भावनेत राहणं.

* एच – 'मी शरीर नाही' ही समज प्राप्त करणं.

ही नवीन ए.बी.सी.डी. जाणून स्वतःच्या भावनांचे स्वामी बनण्यासाठी सज्ज व्हा.

खंड ३
भावनांवर विजय
अकरा प्रश्न

भावनांवर विजय

अकरा प्रश्न

१

भीतीच्या भावनेतून मुक्ती

प्रश्न : मला खूप भीती वाटते. म्हणून मी कुणाशीही मोकळेपणाने बोलू शकत नाही. कोणी थोडासा आवाज चढवून बोलताच मी घाबरून जाते. कधी कधी तर अशा परिस्थितीत मला रडायला येतं. या भीतीमुळे मी कोणतंही काम पूर्ण करू शकत नाही. ते अर्ध्यातूनच सोडून देते. त्याचबरोबर छोट्या छोट्या गोष्टींनी घाबरून जाते. या भयातून मुक्त होण्यासाठी मी काय करायला हवं?

उत्तर : या भयापासून मुक्त होण्यासाठी दररोज काही वेळ डोळे बंद करून अगदी शांतपणे 'मी आता लोकांशी मोकळेपणाने बोलत आहे,' हे दृश्य मनामध्ये

पाहायचं आहे. ‘दैनंदिन जीवनात मला ज्या ज्या लोकांशी, ज्या ज्या ठिकाणी बोलावं लागतं, त्याचं कल्पनाचित्र तयार करून मी न घाबरता अगदी मोकळेपणाने सर्वांशी संवाद साधत आहे,’ हे पाहायचं आहे. त्याचबरोबर आपण जी कामं आतापर्यंत पूर्ण करू शकला नाहीत, ती पूर्ण करताना स्वतःला पाहा.

वास्तविक आपल्या मनात भीती आणि उद्विग्नता याचं एक चित्र तयार झालं आहे. आता ते जुनं चित्र बदलून तिथे नवीन चित्र लावायचं आहे. कारण आपण अजाणतेपणी नकारात्मक परिस्थितींचा अभ्यास केला आहे. म्हणून असं चित्र मनाच्या गाभाऱ्यात खोलवर रुजलं आहे. परंतु, आता आपण सकारात्मक परिस्थितीचा अभ्यास सुरू करा. आपल्याला नकारात्मकतेच्या जागी सकारात्मकता आणायची आहे. यासाठी आपण सकारात्मक अभ्यास चालू ठेवा. काही काळाने तुमच्या मनातील अथवा बुद्धीतील सकारात्मकता प्रत्यक्ष जीवनात येऊ लागल्याचं दिसेल. यासाठी दिवसभरात काही वेळ काढून जीवनात पुढे जे दृश्य येणार आहे, त्याचं मानसिक चित्र पाहा, त्याची कल्पना करा. आपण कोणकोणत्या ठिकाणी कोणत्या लोकांशी बोलताना घाबरता याचं बारकाईनं निरीक्षण करा. ज्यांची भीती वाटते त्यांना चित्ररूपात पाहा, तसंच त्या चित्रात स्वतःलाही पाहा.

खरंतर आपण त्या चित्राच्या बाहेर आहोत. परंतु त्या चित्रात इतरांशी मोकळेपणाने न घाबरता बोलत आहोत हे पाहा. आपण न घाबरता पूर्ण आत्मविश्वासाने बोलत आहोत, लोक आपल्या आत्मविश्वासाची आणि मोकळेपणाने बोलण्याची स्तुती करत आहेत, अशी दृश्यं पाहायची आहेत. काही दिवस नियमितपणे हा अभ्यास केल्यानंतर वास्तव जीवनातही आपल्यात आत्मविश्वास जाणवू लागेल.

इतके दिवस मेंदूमध्ये जे नकारात्मक चित्र तयार झालं आहे, तेच बाधा बनत असतं. त्यामुळे आतापर्यंत तुम्ही ज्या नकारात्मक गोष्टी शिकल्या, त्या विसरून सकारात्मकता आणायची आहे. भीतीची भावना उसळून येते, तेव्हा उरलीसुरली सकारात्मकताही नकारात्मकतेत परिवर्तित होते. परिणामी, वारंवार तेच ते नकारात्मक दृश्य आपल्यासमोर येत राहतं. यासाठीच ज्या ठिकाणी, ज्या परिस्थितीमध्ये भीतीची भावना डोकं वर काढते, त्या सर्व ठिकाणी सकारात्मक दृश्यं पाहायची आहेत. हा नवीन अभ्यास निरंतर चालू ठेवायचा आहे.

कामं अर्धवट सोडण्याच्या सवयीतून मुक्त होण्यासाठी हाती घेतलेलं काम आपण सुरू केलंय, हे चित्र पाहायचं आहे. तद्वतच मधूनमधून ते काम कंटाळवाणं वाटू लागेल,

ते पूर्ण होण्यात अडथळे येतील, तरीही आपण ते काम पूर्ण झाल्याचं दृश्य पाहायचं आहे. आपण हे निरंतर करू लागलात, तर ते दृश्य आपल्या वास्तव जीवनातदेखील दिसून येईल. सगळ्या गोष्टी एकदम आणि एकाच वेळी करण्याऐवजी एक एक बाब हाती घेऊन त्यावर सावकाश काम करायचं आहे. उदाहरणार्थ, काही दिवस भीतीतून मुक्त होण्यासाठी काम करायचं आहे. त्यात यशस्वी झाल्यानंतर जी कामं अर्धवट राहतात, त्यावर काम करायचं आहे.

वास्तविक कितीतरी लोकांना या समस्या भेडसावत आहेत. यातून बाहेर येण्यासाठी जालीम उपाय म्हणजे एक समस्या घेऊन त्या समस्येवर मात करण्यासाठी उपयुक्त ठरेल, अशी कल्पना करायची. मग ती चित्ररूपात पाहायची आहे. ही कल्पना आपला आधारस्तंभ बनेल. यात आपण ते सर्व करून दाखवाल, जे वास्तव जीवनात करण्यासाठी घाबरता. त्यानंतर पुढचं चित्र पाहा. या गोष्टी आपल्या अंतर्मनात खोलवर रुजण्यासाठी वेळ लागतो. 'पी हळद नि हो गोरी', असं घडत नाही. या गोष्टी जेव्हा अंतर्मनात खोलवर रुजतील, तेव्हा याचा परिणाम आपल्या जीवनात दिसून येईल.

एखादं काम करताना भीती वाटल्याने आपण ते काम अर्धवटच सोडून देतो. अशी स्थिती निर्माण झाल्यानंतर आपण कोणतं पाऊल उचलायचं, हे आधीच निश्चित करा. जेव्हा नकारात्मक स्थिती निर्माण होईल, तेव्हा ज्या गोष्टी आठवल्यानंतर आपण सकारात्मक बनतो त्या आठवायच्या आहेत. या गोष्टी आपल्यासाठी एखाद्या हूकप्रमाणे उपयुक्त ठरतात. हे कार्य करत असताना अधूनमधून यातील काही गोष्टींचा आपल्याला विसर पडेल. यासाठीच या सर्व गोष्टींची स्वतःला पुनःपुन्हा आठवण द्यायची आहे. मात्र ही आठवण देण्यासाठी आपल्याला गृहपाठ करावा लागेल. अशा परिस्थितीत मी स्वतःला कशाप्रकारे अमुक गोष्टींची आठवण देऊ शकेन, यावर मनन करावं लागेल. काही गोष्टी विसरल्या जातील, तरी त्या पुन्हा आठवायच्या आहेत. हाच तर अभ्यास करायचा आहे.

एखाद्या रुग्णाला डॉक्टरांनी दर आठवड्याला तपासणीसाठी बोलावलं, तर तो रुग्ण कितीही अडचणी आल्या, तरी डॉक्टरांकडे जाईलच. कारण त्याला त्याच्या आजारातून बरं व्हायचं असतं. अगदी त्याचप्रमाणे आपल्यालादेखील हा अभ्यास निरंतर करायचा आहे. या अभ्यासाद्वारेच आपल्यातील भय निघून जाईल आणि भयाची जागा आत्मविश्वास घेईल. अभ्यासाची ही पद्धत अतिशय सोपी आणि सहज अमलात आणण्यासारखी आहे. कारण आपण केवळ शांत राहून सकारात्मक चित्र

पाहायचं आहे, सकारात्मक कल्पना करायची आहे. त्यामुळे आपल्या अंतर्मनात नवीन गोष्टी प्रवेश करतील आणि हळूहळू आपण समस्येतून मुक्त व्हाल. एकदा आपण या समस्येतून मुक्त होताच, ज्या लोकांना अशी समस्या भेडसावत आहे, त्यांच्यासाठीही निमित्त बनू शकाल.

२

इमोशनल ब्लॅकमेलिंगपासून बचाव कसा करावा

प्रश्न : लोक मला इमोशनली ब्लॅकमेल करतात; पण असं का घडतं आणि यापासून स्वतःचा बचाव कसा करावा?

उत्तर : यासाठी सर्वप्रथम 'मी इतरांना कशी ब्लॅकमेल करते' हा प्रश्न स्वतःला विचारायला हवा. हे ऐकून आपण विचार कराल, 'मी कुठे कुणाला ब्लॅकमेल करते? उलट लोकच मला ब्लॅकमेल करत राहतात.' आपल्या आरशानेच (समोरच्या मनुष्यानेच) आपल्याला सांगितलं आहे, की आपण लोकांना इमोशनली ब्लॅकमेल करत आहात. म्हणून आपण सर्वप्रथम स्वतःवर काम करायचं आहे. त्यानंतर इतर लोकांना आपला आरसा समजून त्यांच्याकडे पाहायला हवं. याद्वारे आपल्याला स्वतःचंच दर्शन होईल. 'मीदेखील कुठे ना कुठे अशीच करते.' तुम्ही केवळ लोकांना ब्लॅकमेलच करत नाही, तर आणखी बरंच काही करता. म्हणून आपल्या सर्व रंगांचं दर्शन घ्यायचं आहे. यासाठी प्रथम जे रंगीत चष्मे डोळ्यांवर लावून या जगाकडे पाहत आहात, ते काढायचे आहेत. या बाबींवर मनन केल्यानंतर बऱ्याच गोष्टी आपल्या लक्षात येतील.

आपण वर्षानुवर्षं कित्येक लोकांना अनेक बाबतीत ब्लॅकमेल करत आला आहात. त्यातील एखादा ब्लॅकमेल आठवा. आपण सामान्यतः कुणाला ब्लॅकमेल करता, अगदी सूक्ष्म स्तरावर कुणाला ब्लॅकमेल करता, हे आठवा. पतीला, नातेवाइकाला, शेजाऱ्याला किंवा आणखी कुणाला? तुम्ही एखाद्याला ब्लॅकमेल करता तेव्हा नेमकं काय करत असता, हेदेखील आठवण्याचा प्रयत्न करा.

साधक : कधी कधी क्रोध उफाळून आला, की त्याचा भडका होतो आणि तो इतरांवर निघतो. कित्येक वेळा मी रागावून जेवणही वर्ज्य केलं आहे.

सरश्री : इतरांवर क्रोध करणं आणि खाणंपिणं बंद करणं हेदेखील इमोशनल ब्लॅकमेलच आहे की नाही?

साधक : हो. हे इमोशनल ब्लॅकमेलच आहे.

सरश्री : खाणंपिणंच सोडायचं असेल, तर एखाद्या चांगल्या कारणासाठी सोडा. स्वतःच्या अहंकाराचा बचाव करण्यासाठी खाणंपिणं सोडून काय फायदा? समजा, तुम्ही इतरांना ब्लॅकमेल करत असाल आणि इतर लोकही तुम्हाला ब्लॅकमेल करत असतील तर याचाच अर्थ, 'सर्व जण एकाच नावेतील प्रवासी आहेत.' 'तुम्ही ज्या नावेतून प्रवास करत आहात, त्याच नावेत तेदेखील आहे.'

आता सर्वप्रथम जे लोक तुम्हाला इमोशनल ब्लॅकमेल करतात त्यांच्यावर रागावणं बंद करा. कारण तुम्हीदेखील तेच करत आहात. अशा वेळी इतरांबद्दल तक्रार करण्यासाठी वावच राहत नाही. लोक त्यांचं काम करत आहेत, त्यांना ते करू द्या. तुम्ही त्यांचं काम करू नका. कारण तुम्हाला तुमचं काम करायचं आहे. ते जे करत आहेत, जसं करत आहेत, तसंच त्याकडे पाहा. ते पाहून त्यावर कथा तयार करू नका. कारण तुम्ही जर मनाच्या कथांमध्ये गुरफटला, तर तुमचं काम करू शकणार नाही.

३

कथा न बनवता जीवन जगा

प्रश्न : जेव्हा एखादी भावना डोकं वर काढू लागते, तेव्हा मी ती भावना दाबून टाकतो. त्यामुळे मला त्रास होतो. अशा वेळी आतून दोषारोप होऊ लागतात. कृपया यावर मार्गदर्शन द्यावं.

उत्तर : मनुष्य छोट्या छोट्या गोष्टींमध्ये आपल्या भावना आत दाबून ठेवतो. कारण तो त्या बाहेर काढू शकत नाही, व्यक्त करू शकत नाही. मग तो तक्रार करतो, 'तो मला असं म्हणाला... त्याने मला मदत केली नाही... या घटनेत अमुक घडलं... त्या घटनेत तमुक घडलं...' इत्यादी. वास्तविक असं करून तो आपल्यातील भावना आत दाबून ठेवतो. असं करणं म्हणजे स्वतःला विष देण्यासारखंच आहे.

समजा, आपण एखादा पदार्थ खाण्यासाठी तोंडात टाकला आणि त्याच वेळी कोणी येऊन म्हणालं, की यात काही भेसळ आहे अथवा तो खराब झाला आहे, खाऊ नका. हे ऐकताच आपण तो पदार्थ लगेच थुंकून देता आणि गुळण्यादेखील करता. अगदी अशाच प्रकारे अजाणतेपणी तुम्हीही एखादी भावना दाबून टाकत असता; पण 'मी ही चूक करत आहे' असं जेव्हा आपल्या लक्षात येतं, त्यावेळी ती भावना व्यक्त होऊ द्या आणि त्या जागी प्रसाद म्हणजेच आनंदी भावना आणा. हा प्रसाद एखाद्या

अँटिडॉट (इलाज)प्रमाणे काम करतो. भावना दाबून टाकल्यामुळे तुमच्यावर जो थोडा फार नकारात्मक परिणाम झालेला असतो, तोदेखील या अँटिडॉटने नाहीसा होतो. हे जितक्या लवकर आपल्या लक्षात येईल, तितकं अँटिडॉट घेण्याचं कार्य अगदी सहज आणि त्वरेने सुरू होईल.

मनुष्याला हे माहीत नसल्याने दररोज सकाळी उठून तो कोणती ना कोणती तक्रार करत असतो. आपल्या मनामध्ये कथा बनवतो आणि स्वतःला ते कथारूपी विष देत राहतो. यासाठीच कथा बनवून, त्यात गुरफटून मी स्वतःच्या शरीरात काय टाकत आहे आणि त्याचा परिणाम काय होईल, याची पुरेपूर कल्पना आपल्याला असायला हवी.

'जीवन अतिशय दुःखदायी आहे... लोक धोकेबाज आहेत... कोणीही कोणाचं नसतं... आतापर्यंत कोणीही मला मदत केली नाही... सर्व काही मला एकट्याला करावं लागतं... मी नाही लक्ष घातलं, तर कोणतंही काम पूर्ण होत नाही...' कित्येक लोकांना अशा प्रकारच्या तक्रारी करताना आपण पाहिलं असेल. अशा प्रकारच्या तक्रारीच कथा बनतात. मग त्या कथाच मनुष्याच्या मनात घर करून बसतात. कारण मनुष्य या कथांनाच खरं मानून त्यावर शिक्कामोर्तब करतो. म्हणजेच हेच खरं आहे, यावर ठप्पा मारतो. परंतु हे शिक्कामोर्तब केलं नाही, तर कोणतीही कथा मनुष्याच्या मनात घर करू शकत नाही. कारण अशा वेळी कथा बनताच मनुष्य ती ओकून टाकतो. म्हणजेच नकारात्मक विचार येताच तो त्यांच्यापासून दूर होतो.

४

फँटम पेन (आभासी वेदना)

प्रश्न : माझ्या शरीरात वेदना होत असल्याने मी कोणत्याही गोष्टींचा आनंद घेऊ शकत नाही आणि अभिव्यक्तीही करू शकत नाही. कृपया यावर मार्गदर्शन करा.

उत्तर : आनंद घेणं याचा अर्थ असा नाही, की शरीरात कोणतीही दुःखद भावना निर्माण होता कामा नये. कारण शरीर तर वेगवेगळ्या वातावरणात राहत असतं. वेगवेगळ्या प्रकारचे खाद्यपदार्थ खात असतं. त्यात वेळोवेळी वेगवेगळे विचार चालू असतात. त्या विचारांनी शरीरात काही वेदना आणि भावना निर्माण होतात. त्या भावना ओळखण्याची, त्यांच्याकडे कसं पाहायचं, याची समज मनुष्याला नसेल, तर ही बाब पुढे त्या शरीरात वेदना निर्माण होण्याचं कारण बनते. खरंतर या वेदना शरीरात नसतातच. परंतु तो त्या असल्याचं मानतो. यालाच 'फँटम पेन' (आभासी वेदना) असं म्हणतात.

एखाद्या मनुष्याचा एक पाय कापला गेला आहे. म्हणून आता त्याला इतर कोणताही शारीरिक त्रास नाही. तरीदेखील तो म्हणतो, 'माझा पायच दुखत आहे.' प्रत्यक्षात पायच नाही, तर मग तो दुखण्याचा प्रश्नच कुठे उद्भवतो? परंतु त्याचा तर पाय दुखतच आहे. त्याला कितीही समजावलं, की तिथे कोणतीही वेदना नाही, तरीदेखील तो हे मान्य करणार नाही. उलट तो म्हणेल, 'मला जर त्या भागात वेदना जाणवली नसती, तर मी असं का म्हणालो असतो?' अशा वेळी या नकली वेदनेच्या मुळाशी जाणं महत्त्वपूर्ण ठरतं. त्याचबरोबर स्वतःला 'वास्तवात हे काय होत आहे? मी कोण आहे? हे कोणाबरोबर घडत आहे?' असे प्रश्न विचारायला हवेत. 'मी शरीर आहे' ही मनुष्याची मूळ धारणा आहे. म्हणून तो स्वतःला शरीर समजूनच जीवन जगतो. जे लोक वेदना जाणवत असताना अथवा भावना उसळून आली तरी कॉमन सेन्सचा उपयोग करून स्वतःला योग्य वेळी योग्य प्रश्न विचारून समस्येच्या मुळाशी जातात, त्यांना निश्चितपणे मुक्ती मिळते.

स्वतःला जाणण्याच्या आणि शारीरिक वेदनेच्या मुळाशी जात असताना शारीरिक स्वास्थ्य अबाधित राहण्यासाठी ज्या गोष्टी करणं गरजेचं आहे, त्या अवश्य करा. उदाहरणार्थ, योग्य आहार, व्यायाम इत्यादी. जोपर्यंत ही वेदना संपुष्टात येत नाही, तोपर्यंत मी आनंदी राहू शकत नाही, असं कधीही म्हणू नका. कारण वेदना असो की भावना किंवा आणखी काही असो, 'मी शरीर नाही, मी सेल्फ आहे, चैतन्य आहे,' ही दृढता आपल्यात असेल, तर आपण नेहमी आनंदी राहू शकता.

५

भूतकाळात घडलेल्या गोष्टींविषयीची भीती

प्रश्न : कित्येक वेळा भूतकाळात एखाद्या घटनेत निर्माण झालेली भावना त्रासदायक ठरते, अशी भावना कशी काढून टाकावी?

उत्तर : पूर्वी मनुष्य जंगलात राहात असे. त्यावेळी जंगलातील प्राण्यांपासून त्याच्या जिवाला धोका होता. म्हणून त्यांच्यापासून सजग राहण्यासाठी मानवामध्ये भीतीची भावना आवश्यक होती. परंतु आता विश्वाचा बराच विकास झाला आहे आणि विश्वाची विकासाच्या दिशेने निरंतर वाटचाल सुरूच आहे. त्यामुळे आता त्या भीतीची आवश्यकताच नाही. परंतु मनुष्याचं मन पूर्वी जसं होतं, तसंच आजदेखील आहे. म्हणून त्याला प्रशिक्षण द्यायला हवं, की आता तू निश्चिंतपणाने वावरायला

हवं. इथे कोणतंही श्वापद नाही अथवा वाघ, सिंह फिरत नाहीत. विचार स्वतःच एक वाघ आहे. म्हणून प्रथम त्याला दूर करायला हवं. अन्यथा, तो तुमच्याजवळ उभा राहून तुम्हाला भय दाखवेल आणि म्हणेल, 'तुम्हाला कोणीतरी मारायला येत आहे.' वास्तविक यात काहीच तथ्य नाही. कारण आता तुम्ही पूर्णपणे सुरक्षित आहात.

मी स्वतःमध्ये काही नवीन सवयी विकसित करत आहे, हे स्वतःला सांगा. काही सवयी आधीपासूनच विकसित झालेल्या आहेत. म्हणून त्यासंबंधित विचार मनात पटकन येतो आणि त्या विचाराशी निगडित असणाऱ्या दुःखापासून आपण त्वरित मुक्त होतो. परंतु ज्या लोकांना हे ज्ञान नाही, ते कितीतरी दुःखं भोगतात. व्यसनांमध्ये गुरफटतात, इंटरनेटरवर उपलब्ध असलेली अश्लील दृश्यं पाहण्यात वेळ घालवतात. आपल्या कल्पनेच्या दुनियेत रमून पलायन करतात. या सर्व गोष्टी ते दुःखद भावनांपासून पलायन करण्यासाठी करत असतात. वास्तविक ही दुःखद भावना त्यांना एखाद्याजवळ व्यक्त करायची असते, कोणाला आपलं दुःख सांगून दिलासा मिळवायचा असतो. परंतु हे शक्य होत नाही, तेव्हा ते वरील मार्ग अनुसरतात.

आता आपल्याला याबाबतचं ज्ञान मिळाल्याने आपण एखाद्या व्यसनात गुरफटणार नाही. उलट आपला वेळ चांगल्या कामात घालवाल. ही अतिशय महत्त्वपूर्ण बाब आहे. अद्याप ही सवय विकसित झाली नसेल, तर जेव्हा यावर काम करण्याची संधी मिळेल, तेव्हा या संधीचा लाभ घ्या आणि अभ्यास करत राहा. त्यानंतर यथावकाश तुम्हाला याचे सकारात्मक परिणाम दिसून येतील. पुढे हेच परिणाम आपल्यात 'आपण दुःखातून मुक्त होऊ शकतो' ही दृढता निर्माण करतील. आता गरज आहे, ती केवळ यावर विश्वास ठेवून निरंतर काम करत राहण्याची.

६

प्रक्षोभ

प्रश्न : माझ्या शरीरात नेहमी प्रक्षोभ निर्माण होतो. अशा वेळी शरीर स्वतःला सांभाळू शकत नाही. खरंतर अशा प्रसंगी त्या प्रक्षोभाकडे साक्षीभावाने पाहण्याची क्रियाही चालू असते. परंतु शरीराकडून काहीतरी वेगळं घडावं, ज्यायोगे हा प्रक्षोभ मिटावा, विलीन व्हावा, असं वाटतं. शरीरात प्रक्षोभ निर्माण झाल्यानंतर त्या वेळी काय करावं? कृपया याविषयी मार्गदर्शन करावं.

उत्तर : यासाठी आपण 'प्रेअर शूटिंग' ही कल्पना विस्तृत करायची आहे. जितकी

वेगात प्रेअर शूटिंग होईल तितकी अशा विकारांना शरीरात साठण्याची संधी कमी मिळते. प्रेअर शूटिंग करून तुम्ही भविष्यासाठी बीज रोवत असता. ही दोन कामं प्रेअर शूटिंगद्वारे एकाच वेळी होतात. याशिवाय प्रेअर शूटिंग केल्याने प्रार्थनेचं बळही वाढतं. त्यामुळे त्या भावनेकडे अथवा विकारांकडे तटस्थपणे, साक्षी बनून सहजपणे पाहणंही आपल्याला शक्य होतं. इतकं सगळं केल्यानंतर विकार पूर्णपणे संपुष्टात येतीलच असं नाही. वरील सर्व गोष्टी केल्यामुळे त्या विकारांचा अथवा भावनांचा प्रभाव क्षीण होईल.

एखाद्या नवीन गोष्टीमुळे जर विकार जागृत झाला, तर तो जुन्या विकारांनादेखील आपल्यासोबत घेऊन येतो. याचाच अर्थ, त्याच्याकडे काही नवीन असतं, तर काही जुनं. नव्या विकारांसह जुने विकारही उफाळून आल्यामुळे दोन्ही प्रकारच्या विकारांतून मुक्त होण्याची एक संधी लाभते. प्रेअर शूटिंग करत राहिल्याने नवीन विकार निर्माण होणार नाहीत आणि जुने विकारही हळूहळू विलीन होऊ लागतील.

भावनांकडे कशा रीतीने पाहायचं, हे आता तुम्ही जाणून घेत आहात. त्याचबरोबर शरीरात जी संवेदना अथवा तरंग जाणवत आहेत, जो स्पर्श होत आहे, तो दुःखद असो वा सुखद त्याकडे कसं पाहायचं, हेही समजून घेत आहात. वातावरण अथवा मूड बदलताच संवेदना, तरंग यांसारख्या गोष्टी आपोआपच बदलतात. काही नवीन बदल घडला, तरी या गोष्टी बदलतात.

ही एक अस्थायी प्रक्रिया आहे. या निरंतर बदलत राहणाऱ्या प्रक्रियेत स्थिर राहता यावं, याचं प्रशिक्षण आपल्याला दिलं जात आहे. अगदी सुरुवातीला आपण दोन-तीन मिनिटं स्थिर राहू शकाल. त्यानंतर हा कालावधी वाढेल आणि आपण पाच-सहा मिनिटं स्थिर राहू शकाल. अशा रीतीने आपली स्थिर राहण्याची क्षमता हळूहळू वाढत असल्याचं दिसून येईल. कधी कधी असं होईल, की काही विशिष्ट भावना उफाळून आल्यानंतर शरीर दिवसभर भावनांनी व्यापून जाईल. परंतु त्या वेळी आपली क्षमता इतकी वाढलेली असेल, की आपण त्या परिस्थितीतही स्थिर राहून भावनांकडे पाहत राहाल, त्या जाणत राहाल. अशा वेळी त्यावर चांगलं-वाईट अथवा चूक-बरोबर असं कोणतंही लेबल लावणार नाही. आपण त्याकडे ते जसं असेल तसं पाहाल. आपण केवळ त्या भावना जाणत राहाल, 'ही एक स्थूल भावना आहे... ती त्याहून थोडी जास्त स्थूल आहे... अन्य भावना त्यामानाने कमी स्थूल आहेत...' म्हणजेच आपलं शरीर काही काळ भावनांनी भरलेलं असेल. परंतु 'या स्थितीतही मी स्वतःच्या निर्णयानुसार कार्य करू शकतो. भावनेत वाहवत जाऊन मी माझे निर्णय

बदलणार नाही.' हा आत्मविश्वास आपल्यात असेल.

उदाहरणार्थ, आपण एका कातरीने कापड कापणार आहात आणि त्या कातरीवर धूळ अथवा एखादा रंग साठला असेल, तर याही स्थितीत आपलं काम चालू राहील, हे आपल्याला माहीत असतं. म्हणजेच प्रथम आपण आपलं काम पूर्ण कराल, त्यानंतर कातरीवरील रंग साफ कराल. याचाच अर्थ कामही चालू आहे, साधनाही चालू आहे आणि तो दिवसही व्यतीत झाला. तो दिवस आपल्याला एक नवी शक्ती, आत्मबल देऊन गेला आणि काही विकारांतून मुक्तही करून गेला. त्यानंतर जर तुम्ही निश्चय केला, की प्रत्येक वेळी मला हेच करायचं आहे आणि तो निरंतर कसोशीने पाळला, तर विकार कितीही मोठा असो, कितीही खोलवर रुजलेला असो, तो सहजपणे संपुष्टात येईल.

हे सर्व करण्यासाठी आपल्याला बळ मिळावं म्हणूनच या गोष्टी सांगण्यात येत आहेत. अन्यथा एकाकी मनुष्य घाबरून जातो. तो एकटा विचार करत राहतो, 'ही भावना तर काही दिवसांपूर्वी उसळून आली होती. आज पुन्हा आली आहे. म्हणजेच ती नष्ट झाली नाही, विलीन झाली नाही.' त्यानंतर मनात असाही प्रश्न उद्भवेल, 'हे नेहमी असंच चालू राहणार का?' परंतु आपण अशा प्रकारच्या कोणत्याही भयामध्ये न गुरफटता, कोणतंही लेबल न लावता काम करत राहायचं आहे. लक्षात ठेवा, आपल्याला जे शरीर मिळालं आहे, ते कसंही असो त्याद्वारे आपण सर्वश्रेष्ठ अभिव्यक्ती करू शकतो.

७

भावनेशी खंबीरपणे लढत द्या

प्रश्न : नकारात्मक भावना जागृत होताच मन त्यावर त्वरित कथा बनवू लागतं. शिवाय, केवळ कथा बनवून थांबत नाही, तर त्या कथांमध्ये गुरफटून दुःखीही होतं. इच्छा असूनही भावनांशी खंबीरपणे तोंड देऊ शकत नाही. कृपया याविषयी मार्गदर्शन करावं.

उत्तर : यासाठी आपण आपला पाया इतका पक्का करायचा आहे, की 'कोणतीही घटना घडो, आता मी सदोदित आनंदीच राहीन' हाच संकल्प आपल्याकडून व्हायला हवा. हा ठाम निश्चय झाल्यानंतर कोणतीही घटना आपल्याला भावनिकदृष्ट्या दुःखी करू शकणार नाही. म्हणजेच कोणत्याही घटनेबद्दल अशी कोणतीही कथा बनणार

नाही, ज्याद्वारे आपल्यात दुःखद भावना निर्माण होतील. त्यानंतर आपण कोणत्याही समस्येच्या डोळ्यांना डोळा भिडवत विचारू शकाल, 'बोल तुला काय म्हणायचंय?' प्रत्येक दृश्य हे पुढच्या दृश्याची तयारी आहे, हे लक्षात ठेवा.

पाया पक्का करून, खंबीरपणे समस्यांशी लढत दिल्याने काय होईल, असा प्रश्न सुरुवातीला आपल्या मनात निर्माण होईल. परंतु वास्तव हे आहे, की जे काही घडेल ते यामुळेच घडेल. ही दृढता निर्माण झाल्यानंतर स्वतःच म्हणाल, 'किमान मी स्वतःची जबाबदारी तरी पूर्ण करेन. स्वतःला मदत करेन, ज्यायोगे पुढे जाऊन माझ्याकडून विश्वालाही मदत होऊ शकेल.' जेव्हा कोणी ही जबाबदारी घ्यायला सुरुवात करतो, तेव्हा पुढचं दृश्य आपोआप समोर प्रकटतंच.

या सर्व गोष्टी आपल्याला दृश्यस्वरूपात दाखवल्या जातात. कारण जोपर्यंत आपण हे पाहत नाही, तोपर्यंत आपण भावनांकडे पाहू शकणार नाही. भावना डोकं वर काढताच उद्विग्न होऊ लागाल आणि म्हणाल, 'माझ्यासोबत असं घडत आहे, तसं होत आहे.' अशा रीतीने दुःख उगाळत राहून आपण भावनांशी दोन हात करू शकत नाही. भावनेशी संवादही साधू शकत नाही. भावनेला काय म्हणायचंय, तिने या घटनेतून कोणता अर्थ काढला आहे, हेदेखील तिला विचारू शकत नाही. यासाठीच त्या घटनेच्या अर्थाबद्दल आपल्याला जी समज दिली गेली आहे, त्या दृष्टिकोनातून पाहता येणं आवश्यक आहे. त्यानंतर हे तर अतिशय सोपं आहे, याची आपल्याला खात्री होईल. मग आपल्याला समजेल, 'आता आपण काहीही न बोलता, यावर काम करत राहायचं आहे.' त्यानंतर आनंद प्राप्त करण्याशिवाय दुसरं काही कामच राहणार नाही.

आपलं शरीर वेगवेगळ्या परिस्थितींमधून जात असतं. कधी आजारी, कधी निरोगी, निकोप; कधी सुस्त, तर कधी उत्साही असेल. आपल्याला कोणत्याही परिस्थितीचा आनंद घेता यायला हवा, हे महत्त्वाचं आहे. आपल्यासमोर कधी सूर्य असतो, तर कधी चंद्र; कधी चंद्राची छोटी कला दिसते, तर कधी तो पूर्ण गोलाकृती दिसतो. यावर आपण म्हणायला हवं, 'प्रत्यक्षात असं घडत नाही. केवळ आपल्याला असं दिसतं. म्हणून आपण यात गुंतायचं नाही.'

आपण कधी एखाद्या घरात तर कधी बाहेर एखाद्या कोपऱ्यात बसला असाल किंवा अगदी मध्यभागी, नोकरी करत असाल किंवा शिक्षण, एकटे असाल किंवा लोकांसमवेत, प्रत्येक ठिकाणी आनंद घ्यायला हवा. ज्यायोगे आपल्यातील दबून

राहिलेली शक्यता खुलेल, प्रकट होईल. जेव्हा सर्वकाही स्पष्ट, स्वच्छ दिसू लागेल, तेव्हा सर्वत्र आनंदच पसरलेला दिसेल.

८

नकारात्मक विचारांशी सामना

प्रश्न : माझ्या जीवनात काही चुकीचं तर घडणार नाही ना, असा भीतिदायक विचार मनात कित्येक दिवसांपासून येत आहे. इतरांच्या बाबतीत काही चुकीचं घडलेलं पाहून ही भीती आणखीच वाढते. भीती वाढल्यामुळे जेवण्या-खाण्यावरही नकारात्मक परिणाम होत आहे. यावर थोडंसं मनन केलं, तर भयावह विचार निघून जातो. परंतु, एक भीतिदायक विचार निघून जाताच मन दुसरा तसाच विचार समोर आणतं. 'मला वेड तर लागणार नाही ना,' असा विचार कधी कधी मनात येतो. असा विचार येताच पुन्हा मनात भीती दाटते. अशा नकारात्मक भावनांपासून बचाव कसा करावा?

उत्तर : अशा विचारांना घाबरण्याची अजिबात आवश्यकता नाही. 'मला वेड तर लागणार नाही ना,' असा विचार जेव्हा कधी मनात येईल, तेव्हा मनाला सांगा, 'चला हा विचार हृदयापर्यंत घेऊन जाऊ या.' हा विचार हृदयाच्या सुरुंगात घेऊन जाताच या विचारात किती तथ्य आहे, हे आपल्याला समजून येईल. त्यानंतर आपण या विचाराला मन आणि बुद्धी यांतून पूर्णपणे हद्दपार कराल.

आपल्या घरी जेव्हा एखादा त्रासदायक मनुष्य येतो, तेव्हा आपण त्याच्याशी संवाद साधून त्याचं जे काही काम आहे ते करून टाकतो. त्याची काही समस्या असेल, ती पटकन सोडवतो. जसं, आपल्या घरी एखादा सेल्समन आला, तर तो आपल्याला त्याच्याकडील वस्तू घेण्याचा आग्रह करतो. आपल्याला ती वस्तू घ्यायची नसेल, तर आपण लगेच त्याला म्हणतो, 'मला या वस्तूची काहीही गरज नाही.' विचारांच्या बाबतीतही आपण नेमकं हेच करायचं आहे.

आता जरा विचार करा, की एखाद्या सेल्समनकडील वस्तू घेण्यासाठी तुम्ही नकार दिला. त्यामुळे तो जर असं म्हणू लागला, 'तुम्ही माझं ऐकलं नाही... आता तुमचं काही भलं होणार नाही... माझा शाप लागून तुमचं वाटोळं होईल...' तर काय होईल? त्याचं बोलणं आठवून 'आता काय होईल... तो तर शाप देऊन गेला... त्याचा शाप खरा ठरला तर काय होईल...' असे विचार करून तुम्ही घाबरून जाणार का? नाही. कारण त्याच्या बोलण्याला यत्किंचितही महत्त्व द्यायची गरज नाही, हे आपल्याला माहीत

असतं. मग मनात जी भीती आहे वा जे विचार आहेत त्यांना महत्त्व देण्याची काय आवश्यकता? मन नावाचा सेल्समन असं बोलत राहतो आणि त्याने काहीही फरक पडत नाही, हे आपण लक्षात ठेवायला हवं. उलट त्याच्या अशा बोलण्यामुळे आपल्याला प्रशिक्षणच मिळतं.

मन असे भीतिदायक विचार वारंवार आणतं, याला कारणीभूत आहे आपलं अज्ञान. म्हणून आपण या अज्ञानातून मुक्त व्हायचं आहे. अशा वेळी सर्वप्रथम साधना करायला हवी. साधना केल्याने मनुष्याची बुद्धी खुलते आणि त्याला सद्बुद्धी येते. त्यानंतर आपण 'या विचारामागे माझं कोणतं अज्ञान दडलेलं आहे, भीती वाटणं का गरजेचं आहे?' या विचारातील तथ्याचा शोध घेता. वास्तविक भीतीची भावना शरीरात निर्माण होते, मी तर शरीरापलीकडे असणारं चैतन्य आहे. त्यामुळेच ध्यानसाधनेत शरीराची जाणीव गायब होते.

शरीर एक आरसा आहे, ज्याच्यासमोर आपण बसला आहात. अशा वेळी आपल्यासमोर असलेला शरीररूपी आरसा अचानक लाल किंवा पिवळा झाला, तर आपण त्याची चिंता करणार नाही. हे तर आरशासोबत होत आहे, असंच आपण म्हणाल. आरशात असे रंग येत-जात राहतात. या आरशात नेहमी वेगवेगळे बदल घडत असतात. कधी तो धूसर होतो, तर कधी गरम वा थंड आणि कधी त्यात विचारांचे तरंग निर्माण होतात. मात्र या बदलाचा आपल्यावर काहीच परिणाम होत नाही. आपण जसे आहात तसेच राहाल. परंतु, ही बाब आपल्या लक्षात न राहिल्याने त्रास सुरू होतो.

ज्या ज्या वेळी अशी परिस्थिती उद्भवेल, त्या त्या वेळी 'जी भावना अथवा विचार येत आहे, तो तर शरीरावर येत आहे, माझ्यावर नाही', अशी आठवण स्वतःला द्यायची आहे. त्याचबरोबर ती भावना आपल्यासाठी शिक्षकाची भूमिका करत आहे. आपल्यात खूप सारं अज्ञान साठलेलं आहे आणि आपण त्या अज्ञानानुसारच सर्वकाही पाहत आहोत, याची ती आठवण करून देत आहे. परंतु, आता आपण सर्व काही समजेसह पाहायचं आहे.

याचबरोबर या सर्व भावना अस्थायी आहेत आणि त्या वारंवार येत-जात राहतात. कोणतीही भावना खूप काळ टिकत नाही. काही काळ राहते आणि निघून जाते.

उदाहरणार्थ, एक माणूस रात्री दुःखी असतो. पण सकाळी उठल्यानंतर तो आनंदी

दिसतो. कारण दुःखाची भावना रात्री उसळून आली आणि सकाळी तिचा मागमूसही नसतो. परंतु कित्येक वेळा आपलं अज्ञानच त्या भावनेला बळ देतं. कारण आपल्या जीवनात ज्या काही समस्या निर्माण झाल्या, त्यावर आपण कोणत्या ना कोणत्या पद्धतीने उपाय शोधून काढला आहेच, हे आपल्या लक्षातच राहत नाही. अगदी याच पद्धतीने आपण पुढील समस्यांवरदेखील उपाय शोधू शकाल अणि भावनेशी लढा देऊ शकाल.

९

आजाराच्या भावनेचं सूक्ष्म निरीक्षण

प्रश्न : माझ्या वडिलांना एक गंभीर आजार जडला होता. त्यानंतर मलाही तो आजार होईल की काय, अशी भीती माझ्या मनात निर्माण झाली. ही भावना कशी काढून टाकावी?

उत्तर : आपण आपल्यासोबत जे आहे, त्यावर लक्ष केंद्रित करायला हवं. माझ्या शरीरात ज्या शक्यता विकसित होऊ शकतात, त्याकडे बारकाईने लक्ष द्यायला हवं. उदाहरणार्थ, 'माझं शरीर इतकं आरोग्यदायी बनणार आहे, ज्यात दगड पचवण्याचीदेखील ताकद असेल.' असं उच्चारल्याने शरीरात आजारपणाची जी भावना जागृत झाली, ती तिथेच नष्ट होईल. 'मला असं आरोग्य मिळत आहे, ज्यायोगे माझं शरीर अतिशय सशक्त बनलं आहे, त्यामुळे आता कोणतीही अयोग्य गोष्ट आत टिकूच शकत नाही,' ही भावना मनात आणायची आहे. आपल्याला जे नकोय त्यावर लक्ष केंद्रित न करता, जे हवंय त्यावर लक्ष द्यायला हवं.

आपण आपल्या इंद्रियांना जसं बनवू इच्छिता, त्या शक्यतांची पडताळणी करा. उदाहरणार्थ, 'माझे डोळे इतके निर्मळ व्हावेत, की त्यांद्वारे मी भक्तीची सखोलता पाहू शकेन. माझे कान असे असतील, जे चुकीचे शब्द ऐकणार नाहीत आणि ज्या शब्दांचा प्रभाव अमृतासमान असेल, केवळ असेच शब्द आत जाऊ देतील.' त्यानंतर कसेही विचार आले, तरी आपल्याला काहीही फरक पडणार नाही. कारण आता आपण त्यात गुंतणार नाही. जोपर्यंत कोणत्याही विचाराचा आपल्यावर परिणाम होऊ नये, अशी आपली इच्छा असते, तोपर्यंत कोणत्याही विचाराचा परिणाम आपल्यावर होऊ शकत नाही.

कोणताही विचार येऊन त्याने आपल्याला घाबरवण्याचा प्रयत्न केला, तरी आपण त्यावर स्टँपिंग करता कामा नये. स्टँपिंग करणं म्हणजे, अमुक विचार आला

आहे, तर मग ते तसंच असणार, हे पक्कं करणं.

कोणताही विचार येताच सर्वप्रथम आपण स्वतःला विचारायला हवं, 'या विचारामागे माझं कोणतं अज्ञान काम करत आहे? मी स्वतःला काय मानत आहे? मी कोण आहे?' हे प्रश्न विचारल्यानंतर या विचारांचा प्रभाव क्षीण झाल्याचं आपल्याला दिसेल. मन काहीही म्हणो, त्याने कोणतीही हानी होणार नाही. काही विचार असे असतात, जे आक्रमण करतच राहतात. वास्तवात त्याने काहीही घडत नाही.

लोकांच्या छातीत थोडीशी वेदना झाली, की सर्वप्रथम त्यांना हृदयविकाराचाच विचार येतो. भलेही ती ॲसिडिटीची समस्या असली, तरीदेखील लोक हृदयविकाराचाच विचार करतात. थोडीशी वेदना जाणवली अथवा थोडासा त्रास जाणवला, तरी लोक विचार करतात, 'मला वाटतं अमुक आजार झाला असावा… मला आधीपासूनच याची भीती वाटत होती… माझी भीती खरी ठरतेय, असं वाटतंय…' आपल्या बाबतीत असं काही घडत असेल, तर सर्वप्रथम शरीराला स्वतःपासून वेगळं करून पाहा. आपण जेव्हा शरीराला स्वतःपासून वेगळं करून पाहतो, तेव्हा त्यावर उपचार होऊ लागतो, हिलिंग होऊ लागतं आणि मुक्तीच्या दिशेने वाटचाल सुरू होते.

ॲसिडिटी असो वा आणखी एखादा आजार, हा केवळ शरीराला जडला आहे, हे आपण लक्षात ठेवायला हवं. आजार कोणताही असो, त्याची लक्षणं दिसू लागताच त्यावर उपचार सुरू करायला हवा. म्हणजेच वरीलप्रमाणे हिलिंग सुरू करायला हवं. आपला शर्ट थोडासा फाटला, तर आपण तो त्वरित शिवून घेतो. तो पूर्णपणे फाटण्याची वाट पाहत नाही. अगदी अशाच प्रकारे आपल्याला शारीरिक स्वास्थ्यावरदेखील काम सुरू करायचं आहे. त्यातूनही काही वाईट घडलं, तर जास्तीत जास्त काय होईल, असा विचार करा. काहीही घडलं तरीदेखील आपण एक पाऊल पुढेच जाल, याबद्दल निश्चिंत राहा. कारण मागे जाण्याचा प्रश्नच उद्भवत नाही. पुढे मार्गक्रमण करणं, हीच सर्वश्रेष्ठ निवड आहे.

१०

भावनांचं वादळ

प्रश्न : एखादी नकारात्मक भावना उफाळून येताच, त्यात गुरफटायला होतं. त्यावेळी एखादं वादळ आलंय, असं वाटतं. मग या भावनेतून बाहेर पडण्यास खूप त्रास होतो. कृपया यावर मार्गदर्शन करावं.

उत्तर : एखाद्या समस्येतील गुंतागुंत सोडवण्यासाठी जसा थोडासा त्रास होतो, तसाच तो एखादा भावनिक तिढा सोडवतानादेखील होतो. अशा वेळी स्वतःला सांगायचं आहे, 'हे दुःख वा हा त्रास मला वेदना देण्यासाठी नव्हे, तर मुक्त करण्यासाठी आला आहे.' यासाठी या वेदनेकडे, त्रासाकडे साक्षीभावाने पाहा. ही वेदना जास्त काळ राहते, की अल्प काळ राहते ते पाहा. हे पाहत असताना 'ही वेदना किती काळ टिकते, संध्याकाळपर्यंत राहते का? हे मी आता पाहणार आहे,' असं स्वतःला सांगा.

आपल्याला जर वाटत असेल, की आपण इतरांमुळे दुःखी होत आहात, तर लक्षात ठेवा इतर कोणीही आपल्याला दुःखी करू शकत नाही. ज्यांना आपण आपल्या दुःखाचं कारण मानत आहात, त्यांच्या नकारात्मक वर्तणुकीत काही वेळानंतर परिवर्तन घडतं. भावनादेखील अगदी अशाच असतात. त्यादेखील थोड्या वेळातच बदलून जातात. कारण त्या कधीही थांबत नाहीत, नेहमी येत-जात राहतात. मग अशा वेळी स्वतःला प्रश्न विचारायला हवेत, 'अशा सतत बदलणाऱ्या, अस्थायी गोष्टींवर मी स्टँपिंग का करतो? यामागे काही कारण आहे, की मला ही सवयच जडली आहे?'

आपण जर प्रामाणिकपणे स्वतःला वरील प्रश्न विचारू शकलात, तर ज्या भावना निर्माण होताच जणू काही एखादं वादळच आलंय असं वाटत होतं, त्याच आता अगदी किरकोळ वाटू लागतील. त्याचबरोबर स्वतःला सांगायला हवं, की भावनातिरेकामुळे एखाद्या वेळी साधना होऊ शकली नाही, तरी आता आपण काही हलक्या फुलक्या गोष्टी करायच्या आहेत. उदाहरणार्थ, एखादी विनोदी मालिका अथवा चित्रपट पाहू शकता, आपापसांत विनोद सांगू शकता. कारण साधना होत नसेल, तर आपल्या भावनांविषयी अथवा त्या निर्माण करणाऱ्या लोकांविषयी विचार करण्याऐवजी काही वेगळं काम करणं निश्चितच श्रेयस्कर ठरेल. कारण 'माझं काय होईल... मी काही करू शकेन की नाही... माझ्यासाठी कोणी काही करेल की नाही...' अशा विचारांमध्ये गुंतून, त्यात वेळ घालवून काहीच लाभ होणार नाही.

लोक आपल्या जीवनाविषयी सर्वसाधारणपणे अशाच कथा बनवतात. वारंवार अशा भयानक कथा बनतात, तेव्हा मनुष्याच्या मनात शरीरहत्या करण्याचे विचार येतात. खरंतर त्यांच्या कथांचा वास्तवाशी काहीही संबंध नसतो; परंतु मनुष्य स्वतः बनवलेल्या कथांवर विश्वास ठेवतो आणि असं जीवन जगण्यात काही अर्थ नाही, असा विचार करतो. म्हणून आपल्याला या कथांमधून मुक्त होण्याचं प्रशिक्षण मिळणं गरजेचं आहे. एकदा का हे प्रशिक्षण मिळालं, की मनुष्याला त्याच्या कथांचा काहीही

त्रास होणार नाही. कारण त्यानंतर तो कथांकडे गांभीर्याने पाहणं बंद करतो. मग कितीही भावना निर्माण झाल्या किंवा कितीही विचार आले, तरी त्यांकडे तो दुर्लक्ष करतो.

प्रशिक्षण मिळाल्यानंतर मनुष्य भावनेकडे योग्य-अयोग्य, चूक-बरोबर असं लेबल न लावता अतिशय धैर्याने आणि सजगतेने ती जशी आहे, तशीच पाहतो. वास्तविक ती भावना त्याला आवडत नाही. परंतु, आता त्याच्यात एक स्वीकारभाव असल्याने तो ईश्वराला म्हणतो, 'तुझी इच्छा तीच माझी इच्छा.' असा स्वीकारभाव, असा प्रेमभाव निर्माण होईल, तेव्हा आपण भावनेकडे ती जशी आहे तशी पाहू शकाल. त्यानंतर त्या भावनेचा तुमच्यावर परिणाम होणं बंद होईल.

इतकंच नव्हे, तर भावनेकडे साक्षीभावाने पाहिल्याने आपल्या आत दबून राहिलेल्या कित्येक गोष्टी निघून जातात. असं पाहणं एखाद्या हूकप्रमाणे कार्य करतं. आपण जेव्हा भावनेकडे साक्षीभावाने पाहतो, तेव्हा त्या भावनेतून तर मुक्त होतोच. त्याचबरोबर त्या भावनेशी निगडित असलेल्या खोलवर दबून बसलेल्या इतर भावनांतूनही मुक्त होतो. कोणी नियमितपणे साधना केली, तर बालपणापासून आजवर ज्या भावना दबून राहिलेल्या आहेत, जे बंध अथवा गाठी आहेत, ज्या वृत्ती आहेत, त्या पूर्णपणे विलीन होतील. त्यानंतर त्या मनुष्याला अचानक अगदी हलकं वाटू लागेल. त्याच्यावरील ओझं दूर झाल्यासारखं वाटेल.

भावनेतून मुक्त होण्याच्या या प्रक्रियेत केवळ एक-दोन वेळा साधना करून आणि भावनेकडे साक्षीभावाने पाहून हलकेपणा जाणवतोय की नाही, हे पाहत बसू नये. केवळ नियमितपणे साधना करून आश्चर्य घडण्याची वाट पाहा. काही कालावधीनंतर आपल्यात सकारात्मक परिवर्तन घडलं आहे, हलकेपणा आला आहे, असं अचानक जाणवेल. त्यानंतर आपण आणखी एक आश्चर्य पाहाल, की 'माझ्यासमोर अमुक घटना घडली; परंतु मला आता तिच्याबद्दल काहीच वाटत नाही. मी अगदी तटस्थ आहे. वास्तविक यापूर्वी अशी घटना घडली, तेव्हा मी खूप त्रस्त होत असे. आता मात्र असं काहीच घडत नाही.'

जोपर्यंत मनुष्याला याचे पुरावे मिळत नाहीत, तोपर्यंत तो त्या गोष्टींवर विश्वास ठेवू शकत नाही. म्हणून या प्रक्रियेत मनुष्याला प्रेरणेची आवश्यकता असते. दिवाळीत ज्याप्रमाणे आपल्याला प्रेरणा दिली जाते, 'साफसफाई करा, इन-साफ करा,' अगदी त्याचप्रमाणे अशा प्रेरणा मिळण्याचीही गरज असते.

११
चुकीच्या विचारांच्या मुंग्या

प्रश्न : मी आर्थिकदृष्ट्या स्वावलंबी बनायला हवं, हा विचार माझ्या मनात वारंवार येतो. परंतु अद्याप हा केवळ एक विचारच राहिला आहे. माझा हा विचार वास्तवात कधी येईल? मी आर्थिकरीत्या आत्मनिर्भर नसल्यामुळे सतत भयावह स्थितीत जगत असतो. माझ्या बालपणी झालेल्या एखाद्या प्रोग्रॅमिंगमुळे हे होतंय, की यामागे आणखी काही कारण आहे, ज्यामुळे मला आजतागायत आर्थिक स्वातंत्र्य मिळालं नाही?

उत्तर : तुमच्या जीवनावर बऱ्याच गोष्टींचा एकत्रित परिणाम घडलेला आहे. परंतु आता तुम्ही भूतकाळात घडलेल्या गोष्टींवर विचार करत बसू नका. त्याचबरोबर इतर कुणामुळे तुमच्या आयुष्यात असं घडलं आहे, असाही विचार करू नका. आतापर्यंत तुम्ही जे शिकलात, जे मार्गदर्शन तुम्हाला मिळालं आहे, त्याद्वारे या समस्येतील गुंता सोडवता येऊ शकतो. त्यामुळे नाहक चिंता करण्याची मुळीच आवश्यकता नाही. तुम्हाला आर्थिक स्वावलंबन हवंय, या विचारावर, या इच्छेवर तुमचं प्रेम असणं आवश्यक आहे. कारण ज्या गोष्टीवर तुमचं प्रेम आहे, ती तुमच्या जीवनात येते. तुमचं स्वातंत्र्यावर, आत्मनिर्भरतेवर प्रेम असेल, तर तीदेखील तुमच्या जीवनात येईल. तुम्ही एखादा संकल्प केल्यानंतर, त्यादृष्टीने वाटचाल करत असताना मध्येच मन उदास होऊन तक्रार करू लागेल, 'मी अमुक ठरवलं होतं; परंतु तसं काहीही घडत नाही.' अशा वेळी मनामध्ये जे विचार येतील त्यात तुम्ही वाहवत जायचं नाही. या वेळी आपल्याला सजगता बाळगून समजूतदारपणे कार्य करायचं आहे. कारण हाच तो कालावधी असतो, ज्यात उद्विग्न होऊन तुम्ही स्वतःच तुमच्या कार्यात अडथळा निर्माण करता.

आपण स्वतःच आपल्या उद्दिष्टात बाधा निर्माण करत आहोत, हे माणसाला समजत नाही. पण इतरांच्याबाबतीत मात्र त्याला सर्व काही स्पष्ट दिसतं. म्हणून तो त्यांच्या कार्यात विघ्न आणतो. कारण, समोरच्या माणसाकडून कोणती चूक होत आहे, हे त्याला पटकन समजतं. परंतु जेव्हा मनुष्य स्वतःच स्वतःच्या कामात विघ्न आणतो, तेव्हा ते त्याला दिसत नाही. यासाठी दुःख देणारे आणि उद्विग्नता आणणारे विचार मनात येताच त्यातून त्वरित मुक्त होण्याची आवश्यकता असते.

जेवताना तुमच्या ताटात मुंगी दिसली, तर तुम्ही काय करता? ती ताटाबाहेर

काढता. त्यानंतर दुसरी मुंगी दिसली तर तीदेखील उचलून तुम्ही ताटाबाहेर काढता. आता तिसरी मुंगी आली तर तुम्ही काय कराल? तीदेखील काढूनच टाकाल ना?

अगदी याचप्रमाणे भयावह अथवा निराशाजनक विचार येताच जेवणाच्या ताटात मुंग्या आल्या आहेत, असं समजून ते विचार बाहेर टाकायला हवेत. तुम्ही स्वतःलाच ही बाब सांगायला हवी. मात्र ही बाब तुमच्या स्मरणात असणं अतिशय महत्त्वपूर्ण आहे.

निराशाजनक विचार आले, की लोक नैराश्याने ग्रासून जातात. बहुसंख्य लोकांकडून ही चूक घडते. कारण निराशाजनक विचार येताच, निराश व्हायलाच हवं, असं त्यांना वाटतं. खरंतर तुमच्या प्रार्थनेला बळ देण्यासाठी आलेली ही संधी असते. तुम्ही ज्यासाठी प्रार्थना केली आहे, ती गोष्ट तुमच्याकडे येणारच असते. परंतु, तुमच्या नकारात्मक विचारांमुळे ती अडून राहते.

वास्तविक ही विचाररूपी मुंगी 'तुमचं काम कशाने अडलंय' हे तुम्हाला सांगत असते. अशा वेळी ज्या गोष्टीमुळे अडथळा निर्माण होत आहे, ती दूर करायला हवी. कॉमन सेन्स हेच सांगेल, 'मुक्त प्रवाहात म्हणजेच फ्री फ्लोमध्ये जे खडे येत आहेत, ते काढून टाका.' तुम्हाला केवळ इतकंच करायचं आहे. जर तुम्ही हे खडे काढून टाकले नाहीत, तर तुमच्या अडचणी वाढू लागतील.

ज्या गोष्टी होत नाहीत असं दिसतं, ते दिखावटी सत्य आहे, हे लक्षात घ्या. जे केवळ दिसतं, परंतु प्रत्यक्षात ते सत्य नसतं. यालाच दिखावटी सत्य असं म्हटलं आहे. आमच्याकडून अमुक होत नाही अशी काही लोक तक्रार करतात. त्यानंतर ते या गोष्टीमुळे दुःखी होत राहतात आणि स्वतःच्याच कामात विघ्न आणतात. वास्तविक अशा वेळी आवश्यकता असते, ती स्वतःच्या प्रार्थनेला बळ देण्याची. तुम्हाला जे हवंय ते वाट्टेल ते घडलं तरी होणारच आहे, हा विश्वास बाळगायला हवा. स्वतः ला सांगायला हवं, 'मला आता या रहस्याची उकल झाली आहे... आता माझं काम अडणार नाही... उत्तरोत्तर मी प्रगतीच करणार आहे... आता माझा सर्वांगीण विकास होणार आहे... माझ्या मनात ज्या काही नकारात्मक अथवा दुःखद विचारांनी प्रवेश केला आहे, ते नष्ट करण्याची वेळ आली आहे. आता मला कोणतीही गोष्ट रोखू शकत नाही. त्यामुळे मला माझं उद्दिष्ट प्राप्त होणारच आहे आणि होतही आहे. कारण आता मी पूर्णपणे ग्रहणशील बनलो आहे.

आता तुम्ही स्वतःलाच वरील सर्व गोष्टींची आठवण करून द्यायला हवी.

त्याचबरोबर मुंगी दिसताच दुःखी न होता ती उचलून बाहेर टाकायची आहे. एकदा का तुमच्याकडून असं घडू लागलं, की तुम्ही दुःखद विचारांना अजिबात थारा देणार नाही. त्यानंतर तुमच्या चेहऱ्यावर दुःख नव्हे, तर हास्यच दिसेल.

खंड ४
भावनांचं सारू

पंचतारांकित हॉटेल

तुम्ही एका पंचतारांकित हॉटेलचे मालक आहात. तुमच्या हॉटेलमध्ये जे ग्राहक येतात, ते तुमच्यावर अतिशय खुश आहेत. कारण आजपर्यंत तुम्ही तुमच्या ग्राहकांकडून रूमचं भाडं घेतलेलं नाही. उलट हॉटेल सोडून जाताना तुम्हीच त्यांना भाडं दिलं आहे.

तुम्हाला तुमच्या या हॉटेलची माहिती आहे का?

.

.

.

आता भाडं घेण्याची वेळ आली आहे.

अध्याय २२

तुमचं पंचतारांकित हॉटेल
नकारात्मक भावनांचं निवासस्थान

एक भव्य पंचतारांकित हॉटेल आहे. या हॉटेलची इमारत अतिशय सुंदर आणि अद्भुत आहे. त्या हॉटेलमध्ये कितीतरी सुखसोयी उपलब्ध आहेत. भलं मोठं टेरेस, गेट आणि पार्किंगदेखील आहे. तुम्ही सर्वत्र सहजरीत्या विहार करू शकता. हॉटेलमध्ये कित्येक रूम आहेत. त्यांना छोट्या छोट्या खिडक्याही आहेत. तुम्ही त्या हॉटेलमध्ये अगदी मजेत राहता. सुरुवातीला तुम्ही हॉटेलमध्ये अतिशय संकोचून, आक्रसून जाता. परंतु तुम्हाला सर्व सुखसोयींनी युक्त अशी रूम मिळते, तेव्हा तुम्ही रूममध्ये जाताच पलंगावर पहुडता.

एके दिवशी अचानक त्या हॉटेलमध्ये स्मगलर्स (अपराधी) घुसतात. हे स्मगलर्स आपापल्या विमानाने येतात. त्यांपैकी काही टेरेसवर उतरतात, तर काही

बाल्कनीमध्ये. एक प्रकारे ते या हॉटेलवर कब्जाच करतात. त्यानंतर ते स्मगलर्स हॉटेलमध्ये बरेच दिवस मुक्काम करतात. तेथील लोकांना त्रास देतात, दुःख देतात. मोफत जेवण करतात आणि हॉटेलच्या सर्व सोयी-सुविधांचा उपभोग घेतात. आश्चर्य म्हणजे ते हॉटेलमधून चेक आउट करतात, तेव्हा हॉटेलच्या मालकाला बिल देण्याऐवजी हॉटेलच्या मालकाकडूनच भाडं वसूल करतात.

हे हॉटेल कुठे बाहेर नाही, तर पंचमहाभूतांनी बनलेलं तुमचं शरीरच हे पंचतारांकित हॉटेल आहे. ईश्वरीय कृपेने तुम्हाला हे शरीर प्राप्त झालं आहे आणि तुम्ही या हॉटेलचे मालक आहात. जे स्मगलर्स हॉटेलमध्ये घुसले आहेत, ते म्हणजे तुमच्या नकारात्मक भावना. या भावना तुमच्या शरीरात कुठे कुठे घुसतात, हे पाहू या-

१. प्रथम आसनस्थ होऊन डोळे बंद करा.

२. आता शरीरातील सर्व अवयवांचं निरीक्षण करा. तुमच्या शरीरात वेगवेगळ्या रूम आहेत, त्या म्हणजे- नाभीचा वरील भाग, मध्य भाग, नाभीच्या खालचा भाग, नाभीच्या दोन्ही बाजूंचा भाग, फुफ्फुसाच्या बाजूचा भाग, पाठीतील भाग, पोटातील भाग. अशा छोट्या छोट्या रूम मानवी शरीरात आहेत.

३. या शरीररूपी हॉटेलमधील रूमच्या खिडक्या म्हणजे डोळे, कान, नाक, जीभ, तोंड, ज्याद्वारे भावना प्रकट होतात. एखादी भावना डोळ्यांशी संलग्न होते आणि अश्रूंच्या माध्यमातून प्रवाहित होते. अशा रीतीने भावना तुमच्या शरीरावर कब्जा मिळवतात.

४. आता तुम्हाला या भावनांपासून तुमचं शरीर मुक्त करायचं आहे.

५. आता सावकाश डोळे उघडा.

ईश्वराला प्रत्येक इंद्रियाद्वारे स्वतःची सर्वोच्च अभिव्यक्ती करण्याची इच्छा असते. मानवी शरीर हे सेल्फच्या सर्वोच्च अभिव्यक्तीसाठीच बनवलं गेलं आहे. वास्तविक हे पंचतारांकित हॉटेल मनुष्यासाठी वरदान आहे. परंतु या हॉटेलमध्ये स्मगलर्स घुसतात, तेव्हा ते वरदान अभिशाप ठरतं. स्मगलर्स म्हणजे माणसाच्या मनात निर्माण होणाऱ्या नकारात्मक भावना. हे स्मगलर्स तुमच्या हृदयाच्या खिडकीतून आत प्रवेश करतात आणि तुमचं चेतनारूपी धन लुटून जातात. मनुष्याचे नकारात्मक विचार त्याच्या शरीराला कशा प्रकारे हानी पोहोचवतात, हे त्याला समजतच नाही. मनात उफाळून आलेल्या भावनांना मनुष्य ब्रेक लावू शकत नाही. सर्व भावना आपापल्या

विमानाने येतात. कधी टेरेसवर म्हणजेच मेंदूद्वारे शिरकाव करतात, तर कधी बाल्कनी म्हणजे हृदयातून पोटात उतरतात. अशा रीतीने भावना शरीराच्या वेगवेगळ्या रूममध्ये, विविध इंद्रियांमध्ये घुसखोरी करतात.

उदाहरणार्थ, मनुष्याच्या एखाद्या नातेवाइकाचा जेव्हा अचानक मृत्यू होतो, तेव्हा भीतीची भावना प्रथम त्याच्या हृदयात निर्माण होते. पुढे तेथून ती डोळ्यांमध्ये जाते. म्हणजेच त्या घटनेमुळे त्या मनुष्याच्या मनात इतके नकारात्मक विचार येतात, की डोळ्यांतून अश्रू ओघळू लागतात. अशा भावना जेव्हा आपल्या आत खोलवर प्रवेश करतात, तेव्हा हार्ट ॲटॅकसारख्या आजारांना जन्म देतात.

अशा प्रकारे भावना आपापली रूम निवडतात. क्रोध आला की तो त्याची रूम घेतो. भीती तिची रूम घेते. व्याकूळता, चिंता त्यांच्या रूम बुक करतात. घृणा तिच्या रूममध्ये जाऊन राहते. भिकाऱ्याचा चेहरा पाहून किंवा एखाद्याला नाक साफ करत असताना पाहून घृणा जाणवते. व्याकूळता आली, की ती मिळेल त्या रूममध्ये येऊन स्थायिक होते. अशा प्रकारे प्रत्येक जण ज्याची त्याची रूम निवडत असतो. कोणत्या भावनेला कोणत्या रूममध्ये वास्तव्य करायला आवडतं, हे आपल्याला हळूहळू समजू लागेल. कोणती भावना एकाच वेळी दोन–दोन रूम बुक करते... मनुष्य जेव्हा भयग्रस्त होतो, तेव्हा ही भीतीची भावना एका रूममधून दुसऱ्या रूममध्ये स्थलांतर करते. कधी कधी ही भावना पाठीपर्यंत पोहोचते. पाठीची हालचाल तीव्र झाल्यानंतर तुम्ही या भावनेकडे कसं पाहता आणि कसं पाहायला हवं, हे आपण आधीच्या भागात पाहिलं आहेच.

खोट्या कथांचे चणे

बाह्य पंचतारांकित हॉटेलमध्ये ग्राहक येतात, तेव्हा ते भाडं देऊन जातात; परंतु शरीररूपी हॉटेलमध्ये येणाऱ्या भावनारूपी ग्राहकांनी तुम्हाला आजपर्यंत किती भाडं दिलं, ही विचार करण्याची बाब आहे. ते ग्राहक तर तुमच्याकडूनच भाडं वसूल करून गेले आहेत. एखादी भावना जेव्हा निर्माण होते, तेव्हा ती अगदी छोटी असते. तिचं स्वरूप नगण्य असतं. ती दुबळी आणि अशक्त असते. परंतु तुम्ही तिला रूममध्ये सुदृढ बनण्याची संधी देता.

उदाहरणार्थ, तुम्ही एखाद्या हॉटेलमध्ये जाता तेव्हा रूम ताब्यात मिळताच सर्व सामान बाजूला ठेवून बिछान्यावर पहुडता. अगदी याच प्रकारे तुमच्या शरीरात प्रकट

झालेली भावना सुरुवातीला आक्रसलेली असते. त्यानंतर मात्र ती हात-पाय पसरून बसू लागते. मनुष्य त्या भावनेत गुरफटून तिला खतपाणी घालतो, तिचं आदरातिथ्य करतो. तिला मान्यकथारूपी चणे भरवून आणखी धष्टपुष्ट करतो. याचं पर्यवसान ॲसिडिटी बळावण्यात होतं. मग ही ॲसिडिटी शरीराच्या त्या भागात प्रवेश करते ज्या भागात ती भावना प्रकट झाली होती. त्यानंतर मनुष्याचं शरीर तक्रार करू लागतं, 'छाती जड वाटू लागली आहे... छातीत जळजळ होत आहे... इत्यादी.' भावनांचे असे परिणाम मनुष्याला त्याच्या शरीरावर जाणवतात.

खोट्या कथांचे चणे खाऊ घातल्याने ती भावना शरीरात फैलावते आणि विचारते, 'याची अटॅच रूम कोणती आहे?' उदाहरणार्थ, दुःखद भावना निर्माण होताच आपले डोळे तिच्यासाठी अटॅच रूम बनतात. भावनेचा परिणाम डोळ्यांवर होतो आणि अश्रू वाहू लागतात. जेव्हा दुःख येतं तेव्हा ते त्याच्या रूमपर्यंतच सीमित राहतं. अशा वेळी डोळ्यांतून अश्रू निघत नाहीत. दुःखामध्ये मनुष्य जेव्हा आपल्या कथांचे चणे खातो, म्हणजेच कथा बनवू लागतो, तेव्हा दुःख वाढू लागतं. मग त्याची बडबड सुरू होते, 'मी कोणालाच आवडत नाही... माझ्यावर कुणीच प्रेम करत नाही... माझ्याकडे कोणीही लक्ष देत नाही... सर्व जण माझ्याशी भेदभाव करतात... घरातील लोक माझं म्हणणं ऐकूनच घेत नाहीत...' यांसारख्या कथा बनवत राहून मनुष्य दुःख वाढवत राहतो. त्यानंतर ती दुःखद भावना अश्रूंच्या रूपात वाहू लागते.

समजा, आता तुमच्या रूममध्ये आनंदी भावना आहे. हा आनंद संपूर्ण रूममध्ये व्यापला गेला, तर त्याला जागा कमी पडेल. मग त्याला अटॅच रूमची गरज भासेल. ती अटॅच रूम म्हणजे तुमचं मुख. आनंदी भावना जेव्हा हॉटेलमधील रूममध्ये सामावू शकत नाही, तेव्हा ती बाहेर पडू इच्छिते. त्यातूनच हास्य प्रकट होतं. आनंदी भावना ही स्मगलर अथवा दुर्जन नाही, तर ती सज्जन आहे. आनंदाची भावना हास्यरूपात बाहेर पडते. प्रत्येक भावना संपूर्ण रूममध्ये फैलावते आणि त्यानंतर ती अटॅच रूममध्ये जाते आणि तिथून ती बाहेर पडते.

आता भावनारूपी पेइंग गेस्टकडून भाडं कसं वसूल करायचं, हे आपण पुढील अध्यायात जाणू या.

पंचतारांकित नरक

प्रज्ञा, प्रेम आणि आत्मविश्वासरूपी भाडं

नकारात्मक भावनांनी ओतप्रोत भरलेला मनुष्य दररोज पंचतारांकित नरकात वास्तव्य करतो. हा काही साधासुधा नरक नाही. यात मनुष्य कोणतीही भावना प्रकट होताच दुःखी होत राहतो आणि विचार करू लागतो, 'असं का घडत आहे... तसं का घडत आहे...' त्याच्यात सतत नकारात्मक भावना उफाळून येतात. उदाहरणार्थ, किती बोअर होतंय... भीती वाटतेय... भविष्याची चिंता सतावतेय... राग अनावर होतोय... घृणा निर्माण होतेय... तिरस्कार डोकं वर काढतोय... इत्यादी.

काही दहशतवादी (नकारात्मक विचार) हॉटेलमध्ये घुसतात, तेव्हा ते संपूर्ण हॉटेलचा ताबा घेतात. त्यानंतर हॉटेलमध्ये (शरीरात) पूर्णपणे दहशत

पसरते. म्हणूनच एखाद्या भीतिदायक घटनेनंतर लोक चक्कर येऊन बेशुद्ध पडतात. या दहशतीने हॉटेलची संपूर्ण इमारतच कोसळते, तिचा पायाच डळमळतो. जे कमकुवत मनाचे असतात, त्यांना हार्ट ॲटॅक लवकर येतो.

समज साधना

जोपर्यंत तुम्हाला साधना मिळत नाही, समज प्राप्त होत नाही, तोपर्यंत तुमच्या हॉटेलचे ग्राहक भाडं देत नाहीत. उलट तुमच्याकडूनच भाडं वसूल करून पोबारा करतात. उदाहरणार्थ, ऑफिसमध्ये बॉस तुमच्यावर ओरडला, तर तुम्ही त्याच्यासम ोर अगदी शांत राहता किंवा एखादी सासू तिच्या सुनेला रागावते, तेव्हा सून अगदी शांतपणे सर्व काही ऐकून घेते. अशा वेळी बक्षीस द्यायचं झालं, तर त्यासाठी कोण पात्र ठरेल? आरडाओरडा करणारी व्यक्ती की शांत राहणारी? खरंतर शांत राहणारी व्यक्तीच बक्षिसाला पात्र ठरेल; परंतु रागावणाऱ्यालाच बक्षीस दिलं जातं.

तुमच्या हॉटेलमध्ये जे ग्राहक उतरतात त्यांच्याकडून भाडं वसूल करण्याची जिद्द तुम्ही बाळगायला हवी. तुमच्या शरीररूपी हॉटेलमध्ये येणारा प्रत्येक भावनारूपी ग्राहक भाडं देऊन जावा असं वाटत असेल, तर त्यासाठी तुम्हाला साधना करावी लागेल. जो बाल्कनीत अगदी मध्यभागी असलेल्या ऑफिसमध्ये (हृदयात) बसला आहे, जो हॉटेलचा मालक आहे, अर्थात तुम्ही जे वास्तवात आहात, त्याला समज आणि ज्ञान मिळणं गरजेचं आहे.

इथे भाडं आहे- प्रज्ञा, आत्मविश्वास आणि प्रेम. सर्व भावना तुम्हाला भाडं देऊन जातील, याकडे कटाक्षाने लक्ष द्यायला हवं. एखाद्या भावनेनं डोकं वर काढताच साधना सुरू व्हायला हवी. एखादी घटना घडत असताना... चालताना... उठताना... बसताना... जेव्हा वेळ मिळेल तेव्हा डोळे बंद करून उफाळून आलेल्या भावनेचं बारकाईनं निरीक्षण करा. मग ती भावना तुमच्या शरीरात कितीही काळ राहिली, तरी ती जाताना तुम्हाला प्रेम, प्रज्ञा आणि आत्मविश्वास देऊन जायला हवी. परंतु घडतं अगदी याच्या विपरीत. एखादी भावना प्रकट होते आणि जाताना ती तुम्हालाच भाडं मागते आणि मजेशीर बाब म्हणजे तुम्ही ते देतादेखील. वास्तविक भाडं देण्यापूर्वी 'कोणाला भाडं द्यायचंय, मी कसा फसत चाललो आहे' यावर विचार करायला हवा होता. परंतु तुम्ही भावनेत गुंतून त्रस्त, दुःखी होत राहता. अशा प्रकारची चूक यापुढे घडता कामा नये.

अशी चूक घडू नये म्हणून तुम्ही तुमच्या भावनेकडे अनासक्त होऊन, विलग होऊन पाहायला शिकायचं आहे. त्या भावनेला खाऊ-पिऊ घालून, तिचं आदरातिथ्य करून ती तगडी, पुष्ट बनता कामा नये. आता अशा भावनांना पाहुण्यांच्या रूपात पाहायचं की ग्राहकाच्या, हे तुम्हीच ठरवायचं आहे. तुम्ही जर भावनेला चांगलं जेवण दिलं असतं, प्रार्थना केली असती, तर ती लट्ठ बनण्याऐवजी सडपातळ झाली असती.

अशा प्रसंगी दुःख वा इतर कोणतीही भावना ही आपली पाहुणी आहे, पेइंग गेस्ट आहे, ही समज बाळगायची आहे. ती पेइंग गेस्ट आहे म्हणजे तिने तुम्हाला प्रज्ञा, प्रेम आणि आत्मविश्वास द्यायचा आहे. ही भावना अगदी अल्पकाळासाठी आली आहे, काही काळ राहील आणि निघून जाईल. जाताना या पेइंग गेस्टने तुम्हाला आत्म विश्वास देऊन, तुमची प्रज्ञा जागृत करून आणि प्रेमाचं महत्त्व समजावून जायला हवं. प्रखर साधना केल्यानंतर तुम्ही वासना आणि प्रेम या भावना अतिशय चांगल्या प्रकारे समजू शकाल. या भावनांकडून योग्य पद्धतीने भाडं वसूल केलं नाही, तर तुम्ही त्यातच गुरफटून जाल.

लोकांकडून बहुधा हीच चूक होते, ते एक भावना विलीन करतात. परंतु लगेच दुसरी भावना तिची जागा घेते. मग ज्ञान आणि समज नसेल, तर तुमची अवस्था पूर्वीपेक्षाही बिकट होते. साहजिकच त्यामुळे तुमचा विकास खुंटतो. त्यासाठीच 'रिक्त होण्याची आणि रिक्त राहण्याची' साधना शिकणं अत्यंत आवश्यक आहे. फावल्या वेळेत रिक्त होण्याची आणि योग्य बीज पेरण्याची कला प्रत्येकाने शिकायला हवी. अन्यथा लोक रिकाम्या वेळेत बोअर होतात आणि अशा चुका करतात, ज्यायोगे त्यांचा दर्जा अधिक खालावतो. यासाठी भावनेपासून मुक्ती प्राप्त करण्याची साधना समजून घेणं अत्यावश्यक आहे.

भाडं कसं वसूल कराल

श्वासावर काम करा

आपलं शरीर प्रेम, आनंद आणि मौन यांच्या अभिव्यक्तीसाठी बनलं आहे. परंतु या शरीररूपी हॉटेलमधील एखादी रूम रिकामी झाली रे झाली, की लगेच एखादी भावना येते आणि ती रूम बुक करते. त्याचबरोबर त्या भावनेला कथांचे चणे खाऊ घालून तिचं आदरातिथ्य केलं जातं. परंतु समज प्राप्त झाल्यानंतर आपल्याकडून अशी चूक घडणार नाही.

आपल्या या हॉटेलमधील नाकरूपी रूम बऱ्याचशा नकारात्मक भावनांची, स्मगलर्सची अटॅच रूम आहे. म्हणजेच या भावनांमुळे श्वासाची गती बदलते. ही एक अत्यंत महत्त्वपूर्ण बाब आहे. एखादी नकारात्मक भावना आपल्यात किती खोलवर रुजली आहे, हे आपण श्वासाच्या गतीवरून जाणू शकतो.

यासाठी आपल्याला श्वासावर ध्यान करावं लागेल. हे ध्यान चांगल्या वातावरणात व्हायला हवं. त्या वेळी जर क्रोध, दुःख वा भीतीची भावना प्रकट झाली, तर आपण आपल्या श्वासाच्या गतीवर लक्ष केंद्रित करायला हवं. भावनेच्या तीव्रतेनुसार श्वासाची गती कमी-जास्त होत राहते. ज्यावेळी अशी एखादी भावना स्वार होईल, त्या वेळी आपण आपल्या श्वासावर कार्य करायला हवं.

प्रत्येक भावनेनुसार आपण आपल्या श्वासाची गती कमी-जास्त राखायची आहे. शरीररूपी हॉटेलमधील एखादी रूम जेव्हा सद्विचारांनी भरलेली असते, तेव्हा तिथे सकारात्मक भावना असते. सकारात्मक भावना निघून गेल्यानंतर लगेचच नकारात्मक भावना त्या रूममध्ये प्रवेश करतात. त्यामुळे आपल्या हॉटेलची (शरीराची) हानी होते. नाकरूपी रूममध्ये कोणतीही भावना नसते, तेव्हा केवळ ऑक्सिजन घेण्याचं कार्य चालू असतं. परंतु नकारात्मक भावना येताच आपण ऑक्सिजन कमी प्रमाणात घेतो आणि श्वासाची गती मंद करतो. त्यामुळे आपलंच नुकसान होतं. यासाठीच कोणतीही नकारात्मक बातमी ऐकत असताना आपला श्वासोच्छ्वास योग्य प्रकारे नियंत्रित असायला हवा. अनासक्त होऊन ती बातमी ऐकायला हवी. अशा वेळी आपण श्वासाची गती कमी केली, तर भावनांना आत प्रवेश करण्याची संधी मिळते.

नकारात्मक भावना आल्यानंतरही आपण जर आपल्या श्वासोच्छ्वासाकडे व्यवस्थित लक्ष दिलं, सजगतेने श्वास घेतला, तर ती भावना हळूहळू क्षीण होत असल्याचं दिसून येईल. दैनंदिन जीवनात कितीतरी छोट्या-मोठ्या नकारात्मक गोष्टी घडत राहतात. त्या वेळी जर आपण श्वासाकडे लक्ष दिलं, तर त्या भावनेची शक्ती नष्ट होईल. त्यानंतर आपण म्हणाल, 'नकारात्मक भावना आली आणि मला भाड्याच्या स्वरूपात आत्मविश्वास देऊन गेली.'

आपल्या हॉटेलमध्ये अल्प काळ वास्तव्यासाठी आलेला पेइंग गेस्ट आपल्यावरच स्वार होऊ नये, यासाठी आपल्याला समज वाढवायची आहे. जेणेकरून पेइंग गेस्ट यावा आणि भाडं देऊन त्वरित निघून जावा. याचाच अर्थ, आपल्या शरीरात कोणतीही सकारात्मक अथवा नकारात्मक भावना उफाळून आली, तरी तिने आपल्याला प्रेम, आनंद, विश्वास, प्रज्ञा आणि मौनरूपी भाडं देऊन जायला हवं. पेइंग गेस्ट आल्यानंतरही आपली समज आणि सजगता पूर्वीपेक्षा वाढत असेल, तर आपण योग्य दिशेने मार्गक्रमण करत आहात, असं समजायला हवं.

खरंतर आपण या भावनांकडे श्वास रोखून न पाहता हसत हसत पाहायला हवं.

आपलं शरीररूपी हॉटेल अतिशय उत्तम आहे. यात नेहमी चांगले पेइंग गेस्टच यायला हवेत.

नकारात्मक भावना आल्यानंतर दुःखी होणं, दुःखरूपी पेइंग गेस्टने तुमच्याकडून भाडं घेतलं हेच दर्शवतं. इतकंच नव्हे, तर जाताना तो त्याची मुलं तुमच्याकडे सोडून गेला. पेइंग गेस्टची मुलं म्हणजे भूतकाळात घडलेल्या नकारात्मक घटनांचे विचार. आता ही मुलं तुमच्या आत खाऊन पिऊन मोठी होत आहेत. कारण तुम्ही त्यांना कथारूपी चणे खाऊ घालत असता. अशा प्रकारे गतकाळात घडलेल्या घटनांबद्दलच्या काही भावना तुमच्या आत दबून राहिलेल्या असतात. मनुष्याच्या मनात या भावनांचं गाठोडं तयार होतं. हे गाठोडं कसं बनलं याचा मनुष्याला थांगच लागत नाही.

आपण जर दीर्घ काळ निरंतर साधना केली, तर आपल्या आतील सर्व मुलं बाहेर पडतील. त्यामुळे आपण हळूहळू रिक्त होत जाल. परंतु हे रिक्त झालेलं मन पुन्हा नकारात्मक विचारांनी भरून जाऊ नये, यासाठी आपण अत्यंत सजग राहायला हवं. आपण जेव्हा प्रेम, आनंद आणि मौन यांनी भरून जाल, तेव्हा आपलं शरीररूपी पंचतारांकित हॉटेल आपल्याला आजन्म आनंद देत राहील.

आपण भाडं वसूल करण्यात तरबेज बनल्यानंतर कितीही मोठा दहशतवादी (नकारात्मक भावना) आला, तरीही त्याला घाबरणार नाही. कारण आपली साधना इतकी झालेली असेल, की आपण चातुर्यानं त्याच्याकडून भाडं वसूल कराल.

आपण आपल्या शरीररूपी हॉटेलची त्या त्या ऋतूनुसार योग्य ती काळजी घेतली, त्याची डागडुजी केली, योग्य ते प्रतिबंधक उपाय योजले. कारण कोणत्याही ऋतूमध्ये (सुख-दुःख, चांगली-वाईट भावना) आपलं हॉटेल भक्कम राहावं, एखाद्या वादळाने त्या हॉटेलचा पाया डळमळू नये. सातत्याने हे करत राहिलात तर त्यातून आपण आत्मविश्वास प्राप्त कराल. हा आत्मविश्वासच आपलं भाडं आहे. 'मला भाडं मिळत आहे, की नाही?' हा प्रश्न आपण दररोज स्वतःला विचारायला हवा. यानंतर आपण प्रत्येक भावनेला सांगाल, 'तुम्ही या शरीरात पेइंग गेस्ट आहात, तुम्हाला भाडं द्यावं लागेल. आम्ही तुम्हाला राहायला रूम दिली, आता भाडं द्या आणि जा.' अशा रीतीने छोट्या-मोठ्या खोट्या भावना आपल्या शरीराबाहेर जातील.

खोट्या भावना म्हणजे प्रत्यक्षात जे घडलेलंच नाही; पण तसं जाणवणं किंवा वाटणं. केवळ भ्रमामुळेही काही भावना उफाळून येतात. उदाहरणार्थ, एक दोर पडलेला

आहे, पण तिथे अंधार असल्यामुळे तुम्ही त्या दोरीला साप समजलात. घाबरून तुम्ही साप, साप म्हणून ओरडू लागला. याला म्हणायचं खोटी भावना. तुमच्या ओरडण्याने संपूर्ण हॉटेलची लाइट चालू झाली आणि नंतर समजलं, की तो साप नव्हता, तर साधा दोर होता. याचा अर्थ ती भावना नव्हती, ती केवळ दोरी होती. अशा प्रकारे मनुष्य भावनांना कथारूपी चणे खाऊ घालून ती धष्टपुष्ट करतो. आपण याला पाहुणा समजत होता, परंतु तो तर तोतया होता.

'ज'वर साधना आणि लाइट

साधनेसह केलेलं कार्य चांगल्या रीतीने पूर्ण होतं. परंतु मनुष्याला साधना करण्याची योग्य पद्धत माहीत नसते, त्यामुळे तो चुका करत राहतो. आपल्या जीवनातील प्रत्येक परिस्थिती आपल्याला हेच सांगत आहे, की तुम्ही जे लेबल्स लावले आहेत, ते काढून टाका. त्यानंतर त्या परिस्थितीकडे नव्या दृष्टिकोनातून पाहायला शिका. कितीही तीव्र भावना आली, तरी तिच्याकडे आनंदाने पाहण्याचा अभ्यास करा.

कित्येकदा क्रोध आल्यानंतर लोक म्हणतात, 'मला राग आला, आता मी काय करू?' त्या वेळी त्यांना सांगितलं जातं, 'क्रोध आल्यानंतर तुम्ही काहीही केलं, तरी ते चुकीचंच ठरेल. त्यासाठी क्रोध आल्यानंतर शांत बसणंच श्रेयस्कर ठरेल. परंतु हे घडण्यासाठी सातत्याने साधनेचा अभ्यास करण्याची आवश्यकता आहे.' एखादी नकारात्मक भावना अथवा विचार आला तरी आणि नाही आला तरीदेखील नियमितपणे साधना करण्याची सवय अंगीकारायला हवी. वर्तमानात तर चांगल्या- वाईट घटना घडतच असतात. परंतु कधी कधी मनुष्य भूतकाळातील घटना आठवून दुःखी होतो. साधना करण्यासाठी अशा साऱ्या भावनांना संधी समजायला हवं. परंतु दुःखद भावनांमुळे व्यथित होऊन तो दुःखाच्या गर्तेत अडकून जातो.

बॉस ओरडल्यानंतरही तुम्ही जर शांत राहिलात, तर तुम्हाला बक्षीस मिळायला हवं. तुम्हाला बक्षीस मिळालं, याचा अर्थ तुमची वाटचाल योग्य दिशेने होत आहे. अन्यथा मनुष्य दिवसेंदिवस त्याचा आत्मविश्वास गमावत जातो. 'माझा बॉस असा आहे... माझं काम असं आहे...' अशा विचारांनी जर तुम्ही दुसऱ्या कंपनीत जाल, तर पुन्हा तुम्हाला तसाच जॉब आणि बॉस मिळेल. यासाठी तुमच्या जीवनात नेहमी नकली माल का येतो, याचं बारकाईने अवलोकन करा. त्यानंतर तुमच्या लक्षात येईल, की दुसऱ्या जॉबच्या इंटरव्ह्यूला तुम्ही दुःखी होऊनच गेला होता. 'लोक चुकीचं वागतात' या विचारासह कुठेही गेलात, तरी तुम्ही तसेच लोक तुमच्या जीवनात आकर्षित कराल.

यासाठी योग्य समज अंगीकारूनच प्रत्येक ठिकाणी जायला हवं.

शक्यता, समज आणि सजगतारूपी पाहुणे

तुम्ही तुमच्या शरीररूपी पंचतारांकित हॉटेलचे मालक आहात, त्यामुळे तुम्ही गल्ल्यातून पैसे द्यायचे नाहीत. म्हणजेच तुम्ही भाडं द्यायचं नाही, तर घ्यायचं आहे. याचाच अर्थ, नकारात्मक भावना आल्यानंतर तुम्ही दुःखी आणि त्रस्त व्हायचं नाही. उलट प्रेम, आनंद आणि मौनरूपी भाडं वसूल करायचं आहे. तुमच्या शरीररूपी हॉटेलमध्ये आनंदरूपी पाहुणा आला, तर तुमचं जीवन अगदी सहज, सरळ बनून जाईल. त्यानंतर अशा आनंदासह जीवन व्यतीत व्हावं, असं तुम्हाला वाटेल.

केवळ सुखातच नव्हे, तर दुःखातदेखील तुमचा आनंद कायम राहू लागला, तुमचा प्रत्येक क्षण आनंदात व्यतीत होऊ लागला, तर अचानक तुमच्या लक्षात येईल, तुम्ही चेतनेच्या सातव्या स्तरावर आहात. त्यानंतर जीवनात सर्व काही हसत खेळत होऊ शकेल. यासाठी तुम्ही शक्यता, समज आणि सजगता अशा पाहुण्यांना तुमच्या हॉटेलमध्ये रूम द्यायची आहे. हे पाहुणे तुमच्यासोबत असतील, तर तुम्ही सतत हसतमुख राहाल.

मग एखादा तणाव अथवा समस्यारूपी पाहुणा आल्यानंतरही तुमच्या चेहऱ्यावर हास्य विलसत राहील. आता कोणताही पाहुणा आला तरी तुम्ही म्हणाल, 'माझा मेनू रेडी आहे. आता मी फसणार नाही. आजपर्यंत मी फसत होतो. अकाउंटमधील शिल्लक (चेतनेची दौलत) कमी होत असल्याचं पाहून दुःखी होत होतो; पण असं का होतंय, हे मला पूर्वी समजत नव्हतं. आता सर्व काही समजू लागलं आहे.'

हॉटेलमध्ये येणाऱ्या गेस्टना योग्य सिग्नल (इशारा) दिला, तर विचाररूपी स्मगलर्सची घुसखोरी बंद होईल. अनवधान आणि अज्ञान यांमुळे मनुष्य स्वतःच चुकीचे सिग्नल्स देतो. परिणामी, नकारात्मक भावना हॉटेलमध्ये प्रवेश करतात. उदाहरणार्थ, हॉटेलमधील बाल्कनीच्या बाहेर बोरडमचा बोर्ड लावला तर त्याच्याशी संबंधित सर्व भावना शरीररूपी हॉटेलमध्ये येतील. बोरडमने ग्रासल्यानंतर मनुष्य कितीतरी चुकीच्या गोष्टी करू लागतो. आपल्याच हॉटेलमध्ये चुकीचा बोर्ड लावतो. त्यामुळे नकारात्मक भावनांचं आगमन होतं. आता वेळ आली आहे, जागृत होऊन, सजग बनून अशा भावनांतून मुक्त होण्याची! जागरूकता आली की अशा भावना येणं बंद होईल.

एखाद्या वेळी भीती अथवा दुःखद भावना निर्माण झाली, तरी तुम्ही भाडं घेऊन

त्यांना बाहेर काढाल. कारण आता तुम्ही या भावनांकडे पाहायला शिकला आहात. पावसाळ्यात विजांचा कडकडाट झाल्यानंतर पटकन कथा बनते, 'मला वाटतं, माझ्या घरावरच वीज कोसळेल.' लाइट बंद झाल्यानंतर लोक वीज मंडळाच्या अधिकाऱ्यांनाच दोषी ठरवून त्यांना शिव्या देतात; परंतु तुम्ही मात्र प्रत्येक भावनेकडे न घाबरता पाहाल. त्या वेळी तुम्ही ही समज बाळगाल, 'आता लाइट गेली आहे, कारण लाइट जाणं ही माझी आताची गरज आहे.' त्यानंतर या परिस्थितीचा पूर्णपणे स्वीकार करून तुम्ही साधना करत राहाल.

साधनेद्वारे दररोज तुमच्यात आत्मविश्वास, प्रेम आणि प्रज्ञा वाढत असल्याचं दिसून येईल. 'मी शरीर नाही, शरीरापासून वेगळा आहे आणि समजेच्या दृष्टिकोनातून पाहात आहे, की जो पाहुणा आला आहे तो तर अस्थायी आहे,' ही समज दृढ होत जाईल. परिस्थितीनुसार बदल होत राहतो. पण, तुम्ही जेव्हा अनासक्त होऊन, विमुक्त साक्षी होऊन तुमच्या हॉटेलमध्ये आलेल्या पाहुण्यांकडे पाहाल, तेव्हा स्वतःचं नुकसान होऊ देणार नाही. हीच कला तुम्हाला आत्मसात करायची आहे.

• • •

हे पुस्तक वाचल्यानंतर आपला अभिप्राय कृपया या पत्त्यावर अवश्य पाठवा.
Tej gyan Global Foundation,
Pimpri Colony Post Office, P.O.Box 25, Pune-411017. Maharashtra (India).

परिशिष्ट

समस्यांवर मात
18 उपायांची छोटी गीता

पृष्ठसंख्या : ७२   मूल्य : ₹ ७०

Also available in Hindi

- 'तुम्ही कधी अपयशी झालाय का?'
१. होय. यश हेच अपयशाचं फलित रूप आहे. परंतु मनुष्याला जोवर यश मिळत नाही, तोवर तो हे मान्य करत नाही.

- 'पैसा, पद, प्रतिष्ठा न मिळणं म्हणजेच अपयश आहे का?'
२. पैसा, पद, प्रतिष्ठा प्राप्त न करता येणं म्हणजे अपयश नव्हे, तर निराश होणं म्हणजेच अपयश.

- 'यश मिळवण्याच्या मार्गात अपयश बळ बनू शकतं का?'
३. होय. अपयशच यशप्राप्तीचं बळ बनू शकतं. अपयश मिळूनही मनुष्य अधिक जोमानं कार्यरत होऊन, अत्यंत कठीण कार्यातदेखील यश प्राप्त करू शकतो. अशी इतिहासात अनेक उदाहरणं आहेत.

- 'अपयशातदेखील एखादं कौशल्य दडलेलं असतं का?'
४. अपयशामुळेच मनुष्य आपल्या सर्व चुकांमधून मुक्त होतो. तसंच स्वतःमध्ये संयम, विश्वास आणि क्षमता या गुणांचं संवर्धन करून अपयशाशी दोन हात करण्यासाठी सिद्ध होतो, हेच अपयशाचं सौंदर्य, वैशिष्ट्य आहे.

- 'निराशा आणि अपयश हेच अंतिम यशप्राप्तीचे आधारस्तंभ आहेत का?'
५. अंतिम यशापर्यंत पोहोचण्यासाठी निराशेचा धक्का वरदान आहे.

- अपयशाशी सामना करण्याची जिद्द म्हणजे प्रस्तुत पुस्तक... जे वाचून अपयशाचा एक नवीन अर्थ तुमच्यात उदयास येईल. त्यानंतरच अपयश फलित होऊन तुम्ही यशाचं शिखर गाठू शकाल. जिथे यश आणि अपयश हे एकमेकांचे विरोधक न ठरता परस्परांसाठी पूरक बनतील.

अपयशावर मात
क्षमताप्राप्तीचं रहस्य

पृष्ठसंख्या : १८४   मूल्य : ₹ १६०

Also available in Hindi

- 'तुम्ही कधी अपयशी झालाय का?' होय. यश हेच अपयशाचं फलित रूप आहे. परंतु मनुष्याला जोवर यश मिळत नाही, तोवर तो हे मान्य करत नाही.
- 'पैसा, पद, प्रतिष्ठा न मिळणं म्हणजेच अपयश आहे का?' पैसा, पद, प्रतिष्ठा प्राप्त न करता येणं म्हणजे अपयश नव्हे, तर निराश होणं म्हणजेच अपयश.
- 'यश मिळवण्याच्या मार्गात अपयश बळ बनू शकतं का?' होय. अपयशच यशप्राप्तीचं बळ बनू शकतं. अपयश मिळूनही मनुष्य अधिक जोमानं कार्यरत होऊन, अत्यंत कठीण कार्यातदेखील यश प्राप्त करू शकतो. अशी इतिहासात अनेक उदाहरणं आहेत.
- 'अपयशातदेखील एखादं कौशल्य दडलेलं असतं का?' अपयशामुळेच मनुष्य आपल्या सर्व चुकांमधून मुक्त होतो. तसंच स्वतःमध्ये संयम, विश्वास आणि क्षमता या गुणांचं संवर्धन करून अपयशाशी दोन हात करण्यासाठी सिद्ध होतो, हेच अपयशाचं सौंदर्य, वैशिष्ट्य आहे.
- 'निराशा आणि अपयश हेच अंतिम यशप्राप्तीचे आधारस्तंभ आहेत का?'
  अंतिम यशापर्यंत पोहोचण्यासाठी निराशेचा धक्का वरदान आहे.
- अपयशाशी सामना करण्याची जिद्द म्हणजे प्रस्तुत पुस्तक... जे वाचून अपयशाचा एक नवीन अर्थ तुमच्यात उदयास येईल. त्यानंतरच अपयश फलित होऊन तुम्ही यशाचं शिखर गाठू शकाल. जिथे यश आणि अपयश हे एकमेकांचे विरोधक न ठरता परस्परांसाठी पूरक बनतील.

एक अल्प परिचय
सरश्री

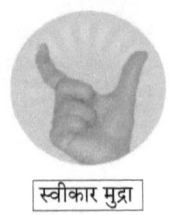

स्वीकार मुद्रा

सरश्रींचा आध्यात्मिक शोधाचा प्रवास त्यांच्या बालपणापासूनच सुरू झाला होता. हा शोध सुरू असतानाच त्यांनी अनेक प्रकारच्या पुस्तकांचं अध्ययन केलं. त्याचबरोबर या शोधकाळात त्यांनी अनेक ध्यानपद्धतींचा अभ्यासही केला. त्यांच्यातील या जिज्ञासेने त्यांना अनेक वैचारिक आणि शैक्षणिक संस्थांमध्ये जाण्यासाठी प्रेरित केलं. जीवनाचं रहस्य समजण्यासाठी त्यांनी **प्रदीर्घ काळ मनन करून आपलं शोधकार्य सातत्याने सुरू ठेवलं. या शोधातूनच त्यांना 'आत्मबोध' प्राप्त झाला.** आत्मसाक्षात्कारानंतर त्यांना जाणवलं, की **अध्यात्माचा प्रत्येक मार्ग ज्या शृंखलेने जोडलेला आहे, तो म्हणजे 'समज'** (Understanding). आत्मबोधप्राप्तीनंतर त्यांनी अध्यापनाचं कार्य थांबवलं आणि जवळ जवळ दोन दशकांहूनही अधिक काळ आपलं समस्त जीवन मानवजातीच्या कल्याणासाठी आणि आध्यात्मिक विकासासाठी अर्पण केलं.

सरश्री म्हणतात, ''सत्यप्राप्तीच्या सर्व मार्गांचा प्रारंभ जरी वेगवेगळ्या मार्गांनी होत असला, तरी सर्वांचा अंत मात्र एकच समज प्राप्त केल्याने होतो. ही **'समज'च सर्व काही असून ती स्वतःमध्ये परिपूर्ण आहे.** आध्यात्मिक ज्ञानप्राप्तीसाठी या 'समजे'चं श्रवणच पुरेसं आहे.'' ही समज प्रकाशमान करण्यासाठी आजपर्यंत त्यांनी **आध्यात्मिक विषयांवर तीन हजारांहून अधिक प्रवचनं दिली आहेत.** या प्रवचनांद्वारे ते अध्यात्मातील अतिशय गहन संकल्पना सहज, सुलभ आणि व्यावहारिक भाषेत समजावून सांगतात. समाजातील प्रत्येक स्तरावरील मनुष्य सरश्रींद्वारे सांगितल्या जाणाऱ्या या समजेचा लाभ घेऊ शकतो.

ही समज प्रत्येकाला आपल्या अनुभवातून प्राप्त व्हावी, यासाठी सरश्रींनी **'महाआसमानी परमज्ञान शिबिर'** आणि त्यासाठी आवश्यक असणारी कार्यप्रणाली (सिस्टिम) तयार केली. **तिचा लाभ आज लाखो लोक घेत आहेत.** या प्रणालीला आय.एस.ओ. (ISO 9001:2015) प्रमाणपत्रही लाभलंय. या प्रणालीमुळेच

अनेकांना सत्यमार्गावर वाटचाल करण्याची प्रेरणा मिळाली आहे. या समजेचा प्रचार आणि प्रसार करण्यासाठी त्यांनी 'तेजज्ञान फाउंडेशन' या आध्यात्मिक संस्थेचा पाया रचला. **'हॅपी थॉट्सद्वारे उच्चतम विकसित समाजाची निर्मिती करणे,'** हेच या संस्थेचं मुख्य उद्दिष्ट आहे.

विश्वातील प्रत्येक मनुष्य आज सरश्रींच्या मार्गदर्शनाचा लाभ घेऊ शकतो. त्यासाठी कोणत्याही धर्म, जात, उपजात, वर्ण, पंथ वा लिंग यांचं बंधन नसतं. विश्वाच्या प्रत्येक कानाकोपऱ्यांतील लोक आज 'तेजज्ञान'च्या अनोख्या ज्ञानप्रणालीचा (System for Wisdom) लाभ घेत आहेत. याच व्यवस्थेचा आणखी एक महत्त्वपूर्ण भाग म्हणजे, **दररोज सकाळी आणि रात्री ९ वाजून ९ मिनिटांनी लाखो लोक विश्वशांतीसाठी प्रार्थना करत आहेत.**

बेस्ट सेलर पुस्तक 'विचार नियम' शृंखलेचे रचनाकार म्हणूनही सरश्रींना ओळखलं जातं. **केवळ पाच वर्षांच्या कालावधीत या पुस्तकाच्या १ कोटीपेक्षा अधिक प्रती वितरित** झाल्या आहेत. याशिवाय आजवर त्यांनी विविध विषयांवर **१०० हून अधिक पुस्तकं लिहिली** आहेत. त्यांपैकी 'विचार नियम', 'स्वसंवाद एक जादू', 'शोध स्वतःचा', 'स्वीकाराची जादू', 'निःशब्द संवाद एक जादू', 'संपूर्ण ध्यान' इत्यादी पुस्तकं बेस्ट सेलर झाली आहेत. ही पुस्तकं दहापेक्षा अधिक भाषांमध्ये अनुवादित असून, पेंगुइन बुक्स, हे हाउस पब्लिशर्स, जैको बुक्स, मंजुळ पब्लिशिंग हाउस, प्रभात प्रकाशन, राजपाल ॲण्ड सन्स, पेंटागॉन प्रेस आणि सकाळ प्रकाशन इत्यादी प्रमुख प्रकाशन संस्थांद्वारे ती प्रकाशित झाली आहेत.

तेजज्ञान फाउंडेशन परिचय

तेजज्ञान फाउंडेशन आत्मविकासातून आत्मसाक्षात्कार प्राप्त करण्याचा एक मार्ग आहे. यासाठी सरश्रींद्वारा एक अनोखी बोधप्रणाली (System for Wisdom) निर्माण झाली आहे. या प्रणालीला आंतरराष्ट्रीय प्रमाणपत्राद्वारे ISO 9001:2015च्या आवश्यकतेनुसार आणि निकष पडताळून सरळ, व्यावहारिक आणि प्रभावी बनवलं गेलं आहे.

या संस्थेच्या प्रबोधनपद्धतीच्या भिन्न पैलूंना (शिक्षण, निरीक्षण आणि गुणवत्ता) स्वतंत्र गुणवत्ता परीक्षकांद्वारे (Quality Auditors) क्रमबद्ध पद्धतीने पडताळलं गेलं. त्यानंतर या पैलूंना ISO 9001:2015 साठी पात्र समजून या बोधपद्धतीला हे प्रमाणपत्र प्रदान करण्यात आलं.

या फाउंडेशनचे लक्ष्य आहे नकारात्मक विचारांकडून सकारात्मक विचारांकडे वाटचाल. सकारात्मक विचारांकडून शुभ विचारांकडे म्हणजे हॅपी थॉट्सकडे प्रगती. शुभ विचारांकडून निर्विचार अवस्थेकडे मार्गक्रमण आणि निर्विचार अवस्थेच्या अंती आत्मसाक्षात्कार प्राप्ती. 'मी सर्व विचारांपासून मुक्त व्हावे' हा विचार म्हणजे शुभु विचार (हॅपी थॉट्स). 'मी प्रत्येक इच्छेपासून मुक्त व्हावे', अशी इच्छा म्हणजे शुभ इच्छा.

तेजज्ञान म्हणजे ज्ञान व अज्ञान या दोहोंच्या पलीकडचे ज्ञान. पुष्कळ लोक सामान्य ज्ञानाच्या (General Knowledge) माहितीलाच ज्ञान मानतात. परंतु अस्सल ज्ञान आणि नुसती माहिती यांत फार मोठे अंतर आहे. आजमितीला लोक सामान्य ज्ञानाच्या उत्तरांनाच जास्त महत्त्व देतात. अशा ज्ञानाचे विषय म्हणजे कर्म आणि भाग्य, योग आणि प्राणायाम, स्वर्ग आणि नरक इत्यादी. आजच्या युगात सामान्यज्ञान प्राप्त करणारे लोक, शिक्षक मोठ्या प्रमाणावर आहेत; परंतु हे ज्ञान ऐकून जीवनात परिवर्तन घडून येत नाही. असे ज्ञान म्हणजे केवळ बुद्धिविलास आहे किंवा अध्यात्माच्या नावावर चाललेला बुद्धीचा व्यायाम आहे.

सर्व समस्यांवरील उपाय आहे तेजज्ञान. क्रोध, चिंता आणि भय यांपासून मुक्त जीवन म्हणजे तेजज्ञान. शारीरिक, मानसिक, सामाजिक, आर्थिक आणि आध्यात्मिक प्रगतीचा, सर्वांगीण प्रगतीचा मार्ग आहे तेजज्ञान. तेजज्ञान आपल्या अंतरंगात आहे. येथे या आणि या गोष्टीचा अनुभव घ्या.

आपल्याला असे ज्ञान हवे आहे, की जे सामान्य ज्ञानापलीकडे आहे, जे प्रत्येक समस्येवरील उत्तर आहे, जे प्रत्येक समजुतीपासून, गृहीत धारणांपासून आपल्याला मुक्त करते, ईश्वरी साक्षात्कार घडविते, अंतिम सत्यात स्थापित करते. आता वेळ आली आहे शाब्दिक, सामान्यज्ञानातून बाहेर येऊन तेजज्ञानाचा अनुभव घेण्याची!

आजवर जप-तप, तंत्र-मंत्र, कर्म-भाग्य, ध्यान-ज्ञान, योग-भक्ती असे अनेक मार्ग अध्यात्मात सांगितले आहेत. या सर्व मार्गांनी प्राप्त होणारी अंतिम समज, अंतिम ज्ञान, बोध एकच आहे. अंतिम सत्याच्या शोधकाला, साधकाला शेवटी जी एकच 'समज' प्राप्त होते, ती 'समज' श्रवणानेसुद्धा प्राप्त होऊ शकते. अशा समजप्राप्तीसाठी श्रवण करणे यालाच तेजज्ञान प्राप्त करणे म्हटले गेले आहे. तेजज्ञानाच्या श्रवणाने सत्याचा साक्षात्कार घडतो, ईश्वरीय अनुभव मिळतो. हेच तेजज्ञान सरश्री महाआसमानी शिबिरात प्रदान करतात.

महाआसमानी परमज्ञान
शिबिर परिचय आणि लाभ (निवासी)

तुम्हाला सर्वोच्च आनंद हवाय? असा आनंद, जो कोणत्याही बाह्य कारणावर अवलंबून नाही... जो प्रत्येक क्षणी वृद्धिंगत होतो. या जीवनात तुम्हाला प्रेम, विश्वास, शांती, समृद्धी आणि परमसंतुष्टी हवी आहे का? शारीरिक, मानसिक, सामाजिक, आर्थिक आणि आध्यात्मिक अशा आयुष्याच्या सर्व स्तरांवर यशस्वी होण्याची तुमची इच्छा आहे का? 'मी कोण आहे' हे तुम्हाला अनुभवाने जाणावंसं वाटतं का?

तुमच्या अंतर्यामी अशा सर्व प्रश्नांची उत्तरं जाणण्याची इच्छा आणि 'अंतिम सत्य' प्राप्त करण्याची तृष्णा असेल, तर तेजज्ञान फाउंडेशनतर्फे आयोजित 'महाआसमानी शिबिरा'त तुमचं स्वागत आहे. हे शिबिर सरश्रींच्या मार्गदर्शनावर आधारित आहे. सरश्री, आजच्या युगातील आध्यात्मिक गुरू असून, ते आजच्या लोकभाषेत अत्यंत सहजपणे आध्यात्मिक समज प्रदान करतात.

महाआसमानी परमज्ञान शिबिराचा उद्देश : विश्वातील प्रत्येक मनुष्यानं 'मी कोण आहे', या प्रश्नाचं उत्तर जाणून तो सर्वोच्च आनंदाच्या अवस्थेत स्थापित व्हावा, हाच या शिबिराचा मुख्य उद्देश आहे. प्रत्येकाला असं ज्ञान प्राप्त व्हावं, जेणेकरून त्यानं प्रत्येक क्षणी वर्तमानात जगण्याची कला आत्मसात करावी. तो भूतकाळाचं ओझं आणि भविष्याची चिंता यांतून मुक्त व्हावा. प्रत्येकाच्या आयुष्यात कधीही न संपणारा आनंद आणि योग्य समज यावी. शिवाय, प्रत्येकानं समस्या विलीन करण्याची कला आत्मसात करावी. थोडक्यात, मनुष्यजन्माचा उद्देश सफल व्हावा, हाच या शिबिराचा उद्देश आहे.

'मी कोण आहे? मी येथे का आहे? मोक्ष म्हणजे काय? या जन्मातच मोक्षप्राप्ती शक्य आहे का?' असे प्रश्न जर तुमच्या मनात असतील, तर त्यांवरील उत्तर आहे- 'महाआसमानी परमज्ञान शिबिर'.

महाआसमानी परमज्ञान शिबिराचे मुख्य लाभ : वास्तविक या शिबिराचे लाभ तर असंख्य आहेत; पण त्यांपैकी मुख्य लाभ पुढीलप्रमाणे- ✶ जीवनात शक्तिशाली ध्येय निश्चित होतं ✶ 'मी कोण आहे' हे अनुभवाने जाणता येतं (सेल्फ रियलायजेशन) ✶ मनाचे सर्व विकार विलीन होतात. ✶ भय, चिंता, क्रोध, बोरडम, मोह, तणाव या नकारात्मक बाबींतून मुक्ती ✶ प्रेम, आनंद, मौन, समृद्धी, संतुष्टी, विश्वास अशा दिव्य गुणांशी युक्ती ✶ साधं, सरळ पण शक्तिशाली जीवन जगता येतं ✶ प्रत्येक समस्येचं निराकरण करण्याची कला प्राप्त होते ✶ 'प्रत्येक क्षणी वर्तमानात जगणं' हा तुमचा स्वभाव बनतो ✶ आपल्यातील सर्व सकारात्मक शक्यता खुलतात ✶ याच जीवनात मोक्षप्राप्ती होते

महाआसमानी परमज्ञान शिबिरात सहभागी कसं व्हाल? या शिबिरात सहभागी होण्यासाठी

तुम्हाला खालील बाबींची पूर्तता करायची आहे- १. तुमचं वय कमीत कमी अठरा किंवा त्यापेक्षा अधिक असायला हवं. २. सर्वप्रथम तुम्हाला 'सत्य-स्थापना' (फाउंडेशन ट्रुथ रिट्रीट) शिबिरात सहभागी व्हावं लागेल. या शिबिरात, तुम्ही प्रामुख्यानं दोन बाबी शिकाल- प्रत्येक क्षणी वर्तमानात जगण्याची कला कशी आत्मसात करावी आणि निर्विचार अवस्था कशी प्राप्त करावी. ३. प्राथमिक स्तरावर तुम्हाला काही प्रवचनं ऐकायची असून, त्यांतून तुम्ही मूलभूत समज आत्मसात कराल आणि महाआसमानी शिबिरात प्रवेश करण्यासाठी तयार व्हाल.

हे शिबिर साधारणपणे एक-दोन महिन्यांच्या अंतराने आयोजित करण्यात येतं. यात हजारो सत्यशोधक सहभागी होतात. या शिबिराची तयारी दोन पद्धतींनी करू शकता. पहिली पद्धत- मनन आश्रम, पुणे येथे ५ दिवसीय शिबिरात भाग घेऊ शकता. दुसरी पद्धत- तेजज्ञान फाउंडेशनच्या जवळच्या सेंटरवर जाऊन सत्यश्रवणाद्वारेही करू शकता. महाराष्ट्रात अहमदनगर, सातारा, औरंगाबाद, नाशिक, नागपूर, वर्धा, अमरावती, चंद्रपूर, यवतमाळ, कोल्हापूर, सांगली, रत्नागिरी, लातूर, बीड, नांदेड, परभणी, पनवेल, मुंबई, ठाणे, सोलापूर, पंढरपूर, जळगाव, अकोला, बुलढाणा, धुळे, भुसावळ आणि महाराष्ट्राबाहेर सुरत, अहमदाबाद, बडोदा, नवी दिल्ली, बेंगलुरू, बेळगाव, धारवाड, रायपूर, भुवनेश्वर, कोलकाता, रांची, लखनौ, कानपूर, चंदीगढ, जयपूर, चेन्नई, पणजी, म्हापसा, भोपाळ, इंदोर, इटारसी, हर्दा, विदिशा, बुऱ्हाणपूर या ठिकाणी महाआसमानी शिबिराची पूर्वतयारी करू शकता.

तेजज्ञान फाउंडेशनमध्ये उपलब्ध असणाऱ्या सरश्रीलिखित पुस्तकांचं वाचन करून तुम्ही या शिबिराची पूर्वतयारी करू शकता. याशिवाय, तुम्ही रेडिओ किंवा यू ट्युबवरील सरश्रींच्या प्रवचनांचा लाभही घेऊ शकता. पण लक्षात घ्या, पुस्तकांतील ज्ञान, रेडिओ आणि यू ट्युबवरील प्रवचनं म्हणजे 'तेजज्ञानाची तोंडओळख' आहे; 'संपूर्ण तेजज्ञान' मुळीच नाही. तुम्ही महाआसमानी शिबिरात सहभागी होऊनच तेजज्ञानाचा आनंद घेऊ शकता. तेव्हा आगामी महाआसमानी शिबिरात सहभागी होण्यासाठी आजच संपर्क करा- 09921008060/75, 9011013208

महाआसमानी परमज्ञान शिबिरस्थान : हे शिबिर पुण्यातील मनन आश्रम येथे आयोजित केलं जातं. येथे तुमच्या निवासाची आणि भोजनाची व्यवस्था केली जाते. तुम्हाला काही शारीरिक व्याधी असतील आणि त्यासाठी जर तुम्ही नियमितपणे औषधं घेत असाल, तर शिबिरात येताना ती सोबत बाळगावीत. शिवाय, वातावरणानुसार गरम कपडे, स्वेटर, ब्लँकेटही आणावं.

पुणे शहरापासून १७ किलोमीटर अंतरावर अत्यंत निसर्गरम्य परिसरात मनन आश्रम वसलेला आहे. आश्रमात महिला आणि पुरुष यांच्या निवासाची स्वतंत्र व्यवस्था असून येथे जवळपास ८०० लोकांच्या राहण्याची व्यवस्था आहे. आपण हवाईमार्ग, हायवे किंवा रेल्वे अशा कोणत्याही मार्गाने पुण्यात येऊ शकता.

मनन आश्रम : मनन आश्रम, पुणे, सर्व्हे नं. ४३, सणस नगर, नांदोशी गाव, किरकटवाडी फाटा, तालुका- हवेली, जिल्हा- पुणे- ४११०२४. फोन- 09921008060

✻ तेजज्ञान इंटरनेट रेडिओ ✻

तेजज्ञान इंटरनेट रेडिओद्वारे २४ तास ३६५ दिवस, सरश्रींच्या प्रवचन आणि भजनांचा लाभ घ्या. त्यासाठी पाहा लिंक -
http://www.tejgyan.org/internetradio.aspx

विविध भारती F.M. वर दर रविवारी
सकाळी १०:०५ ते १०:१५ वा.

नोट : या कार्यक्रमांच्या वेळेत बदल झाल्यास नोंद ठेवावी.

www.youtube.com/tejgyan च्या साहाय्यानेदेखील सरश्रींच्या प्रवचनांचा लाभ घेऊ शकता.
For online shoping visit us - www.tejgyan.org,
www.gethappythoughts.org

आपणास हवी असलेली पुस्तकं घरपोच मिळण्यासाठी मनीऑर्डर पाठवा. ही पुस्तकं आमच्या खर्चाने रजिस्टर्ड पोस्ट, कुरिअर आणि व्ही.पी.पी.द्वारे पाठवली जातील. त्यासाठी खालील पत्त्यावर संपर्क साधावा.

वॉव पब्लिशिंग्ज् प्रा. लि.

*रजिस्टर्ड ऑफिस : E-4, वैभव नगर, तपोवनमंदिराजवळ, पिंपरी, पुणे -४११०१७
* पोस्ट बॉक्स नं. ३६, पिंपरी कॉलनी, पोस्ट ऑफिस, पिंपरी-पुणे - ४११०१७
फोन नं. : 09011013210 / 9623457873
आपण पुस्तकांची ऑर्डर ऑनलाईनही देऊ शकता.
लॉग इन करा - www.gethappythoughts.org
५०० रुपयांहून अधिक किमतीची पुस्तकं मागवल्यास १०% सूट मिळेल आणि डिलिव्हरी फ्री.

तेजज्ञान फाउंडेशनच्या मुख्य शाखा

पुणे : (रजिस्टर्ड ऑफिस)
विक्रांत कॉम्प्लेक्स, तपोवन मंदिराजवळ, पिंपरी,
पुणे : ४११ ०१७.
फोन : (०२०) २७४१२५७६, २७४११२४०

मनन आश्रम :
सर्व्हे नं. ४३, सणस नगर, नांदोशी गांव,
किरकटवाडी फाटा, तालुका : हवेली,
जि. पुणे: ४११ ०२४. फोन : ०९९२१००८०६०

e-books
The Source • Complete Meditation • Ultimate Purpose of Success • Enlightenment I Inner Magic • Celebrating Relationships • Essence of Devotion • Master of Siddhartha • Self Encounter and many more.
Also available in Hindi at gethappythoughts.org

Free apps
U R Meditation & Tejgyan Internet Radio on all platforms like Android, iPhone, iPad and Amazon

e-magazines
'Yogya Aarogya' & 'Drushtilakshya'
emagazines available on www.magzter.com

www.ingramcontent.com/pod-product-compliance
Lightning Source LLC
LaVergne TN
LVHW040148080526
838202LV00042B/3076
* 9 7 8 8 1 8 4 1 5 6 7 3 7 *